Chờ
em
đến
San
Francisco

BIỂU GHI BIÊN MỤC TRƯỚC XUẤT BẢN DO THƯ VIỆN KHTH TP.HCM THỰC HIỆN
General Sciences Library Cataloging-in-Publication Data

Dương Thụy, 1975-
    Chờ em đến San Francisco / Dương Thụy. - Tái bản lần thứ 3
- T.P. Hồ Chí Minh : Trẻ, 2016.
    284tr.; 20 cm
    1. Truyện ngắn Việt Nam -- Thế kỷ 21. 2. Văn học Việt Nam -- Thế kỷ 21.
    1. Short stories, Vietnamese -- 21st century. 2. Vietnamese lierature -- 21st century.

895.92234 -- dc 22
D928-T55

Chờ em đến San Francisco

8 934974 127116

Dương Thụy

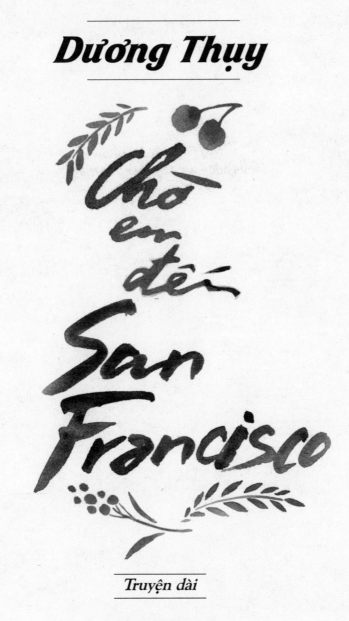

Chờ em đến San Francisco

Truyện dài

NHÀ XUẤT BẢN TRẺ

Đây là truyện hư cấu,
mọi nhân vật đều không có thật.

Lời mở đầu

Nhiều người hỏi sao tôi cứ thích viết truyện lấy bối cảnh ở trời Tây xa xôi. Sài Gòn đầy nắng, nơi tôi được sinh ra, trải qua thời thơ ấu êm đềm và một tuổi trẻ sôi động. Vậy tại sao Sài Gòn lại không thể trở thành bối cảnh chính trong sách của tôi? Tôi cũng đã phân bua, những bối cảnh phương xa luôn có một sức hấp dẫn khó cưỡng lại, khiến mỗi lần bắt đầu một câu chuyện, tôi lại rơi ngay vào "vòng xoáy" của những vùng trời thơ mộng xa xôi nào đó.

Thế rồi một ngày mưa rơi tầm tã, bầu trời Sài Gòn xám xịt sũng nước nhấn chìm những con đường đầy xe. Tôi đứng trên văn phòng một cao ốc giữa trung tâm thành phố, nhìn qua khung kính đang bị những hạt mưa quật thật mạnh. Tôi thấy lòng chùng xuống, xúc động sâu xa. Sài Gòn của tôi đang ở dưới kia, cùng với nhà thờ Đức Bà, bưu điện trung tâm, những tán cây xanh của công viên nhỏ chạy dọc theo một con đường dẫn đến Dinh Thống Nhất. Trong cơn mưa đầu mùa mạnh mẽ, Sài Gòn bình thản đón nhận, để rồi trời cũng rất nhanh tạnh, nắng cuối ngày ửng lên, tỏa ánh cam ấm áp. Sau cơn mưa, trời lại sáng. Sài Gòn lạc quan và mạnh mẽ biết bao.

Tôi muốn viết một câu chuyện về Sài Gòn, tôi muốn mọi người hiểu rõ hơn một chút về thành phố dễ thương này. Tôi muốn viết một câu chuyện về người Sài Gòn, để những ai từng sinh sống và đã rời xa nơi đây sẽ nhớ lại những kỷ niệm đẹp của một thời xa xôi. Tuy nhiên trong quá trình viết, tôi lại tình cờ đi lạc sang những vùng đất khác một cách vô thức. Để rồi cuối cùng tựa sách lại không đề cập đến Sài Gòn.

Cuốn sách này không dành cho những bạn đọc tuổi teen hay những bạn trẻ dưới ba mươi tuổi như những cuốn trước của tôi. Nội dung truyện "người lớn" hơn những cuốn sách trước, phù hợp với đối tượng từng trải qua thời bao cấp và những ai luôn nhớ về thời Sài Gòn những năm 80 của thế kỷ trước, khi cuộc sống còn nhiều thiếu thốn nhưng tình người thì vô cùng bao la.

Tôi cần phải nhấn mạnh, cuốn sách này không phải là tự truyện của tôi, những nhân vật trong đó cũng hoàn toàn do hư cấu. Tôi phải nói rõ như thế để bạn đọc đừng suy diễn lung tung. Tuy cốt truyện là hư cấu, nhưng tình cảm của tôi dành cho thành phố này là thật, người Sài Gòn hồn hậu thân thương là thật.

Tôi dành tặng cuốn sách này cho Ba Mẹ tôi, gia đình lớn của tôi, những ai từng ở Sài Gòn nay đã định cư ở xa và cả những ai vẫn còn đang ở lại. Tôi dành tặng cuốn sách cho chị Bé – Trần Nguyễn Lan Anh, người phụ nữ độc thân lung linh.

Tôi cũng dành tặng cuốn sách này cho bất kỳ những ai yêu Sài Gòn, một cách thiết tha.

DƯƠNG THỤY

Chương 1

Bay đêm
nửa vòng trái đất

Trong nhịp sống hối hả hàng ngày ở Sài Gòn, tôi ít có thời giờ ngồi tĩnh lặng một mình. Thế nên mỗi khi đi xa bằng máy bay, tôi thích tận dụng thời gian ngồi chờ ở sân bay để quan sát và suy tư một chút. Còn vài phút nữa hành khách sẽ lên chuyến bay Sài Gòn - Seoul của hãng Korean Air. Chắc có hơn phân nửa số hành khách sẽ tiếp tục nối chuyến từ Hàn Quốc bay sang Mỹ. Phòng chờ càng lúc càng đông, đa số là Việt Kiều về thăm quê hương giờ quay lại Mỹ, lác đác vài doanh nhân người phương Tây với laptop đặt trên đùi, một số cặp vợ chồng Hàn Quốc - Việt Nam đang dố con.

Tôi thích quan sát mọi người ở phi trường, tưởng tượng họ là ai, vì sao họ đáp chuyến bay này, họ rời Việt Nam với tâm trạng gì, đích đến của họ có ai đón chờ không, đây là một chuyến đi với lý do bình thường như du lịch hay sẽ là một chuyến đi thay đổi cuộc đời? Có ai cố giấu những giọt nước mắt, có ai đang hân hoan với viễn cảnh xán lạn ở vùng đất mới bên kia?

Mỗi lần ở sân bay, tôi lại bồi hồi nhớ đến người thân của mình xuất cảnh hồi những năm 80 và đầu những năm 90 của thế kỷ trước. Thời đó phi trường lúc nào cũng đầy nước mắt đưa tiễn. Người đi không nghĩ mình có ngày quay về nước, người tiễn coi như sẽ không bao giờ gặp lại thân nhân. Đã đi, là bỏ lại tất cả sau lưng và sẽ không quay về. Tôi từng rất sợ phải đưa tiễn ai đó đi xuất cảnh, sẽ phải nhìn mọi người ôm nhau khóc lóc vĩnh biệt, sẽ phải đau khổ vô vọng biết bao. Nhưng hầu như tôi không thể trốn thoát những cuộc chia tay ngoài phi trường, từ những người vô cùng thân thiết như ông bà nội, cô chú, cậu dì ruột cho đến bạn bè hay những gia đình hàng xóm.

"Đến để đưa tiễn lần cuối", đó là lý do duy nhất mọi người phải chịu đựng cảnh nước mắt chia tay. Thời đó phi trường Tân Sơn Nhất luôn quá tải vì lượng người đi tiễn đông gấp mười lần số người ra đi. Ví như có lần cô giáo chủ nhiệm hồi tôi học lớp Bảy đi xuất cảnh sang Canada. Cả lớp tôi bốn mươi lăm đứa cộng thêm phụ huynh đi kèm bao quanh cô khóc lóc. Hiếm có ai lên đường lẻ loi một mình, thường người đi xa có cả họ mạc, bạn bè, hàng xóm vây quanh. Nhìn cảnh biệt ly khóc lóc thảm thiết, tôi nghĩ thật giống một đám ma dành cho người sống. "Cô đó đi rồi, bạn kia đi rồi, chị ấy đi rồi..."

Đi rồi, nghe ngậm ngùi làm sao.

Gần ba mươi năm đã qua. Phi trường Tân Sơn Nhất giờ hoan hỷ hơn xưa. Hầu như ai được xuất ngoại cũng hân hoan cả, dù đi du lịch ngắn ngày hay sẽ định cư vĩnh viễn, không ai nghĩ rằng mình không còn cơ hội quay lại quê hương. Những lời hứa hẹn nhanh thì một vài tháng, chậm cũng không quá ba năm. Tôi ngồi đây nhìn những Việt kiều về thăm quê hương sắp quay lại Mỹ, hành lý xách tay của họ căng phồng quà Việt Nam.

– Con đi công tác hả? – Một dì đứng tuổi ngồi kế bên tôi bắt chuyện – Đi có mình ên?

– Dạ đi hội thảo – Tôi cười, nhái giọng miền Tây chân chất – Dì cũng đi mình ên?

– Không, đi với ông kia – Dì Việt kiều chỉ tay về phía một người đàn ông nhút nhát ngồi xéo góc – Dì thứ Bảy, quê Đồng Tháp, qua Mỹ ở với vợ chồng thằng con trai sáu năm nay rồi. Còn ổng là ba của một thằng hàng xóm ở gần nhà dì bên Mỹ. Ổng qua thăm con trai, ổng đi lần đầu tiên. Con ổng thấy dì về nên sẵn tiện nhờ dì dắt ổng qua dùm cho ổng đỡ sợ. Mà dì đâu có biết tiếng Mỹ, dắt ổng theo cũng vậy thôi. Có điều dì đi tới đi lui được vài lần rồi, dù gì cũng có kinh nghiệm. Mà con coi, lần nào đi dì cũng sợ. Dì dắt ổng đi, trời, giống thằng chột dắt thằng đui...

– Có gì mà sợ dì – Tôi phì cười – Sao dì không đăng ký ngồi xe lăn cho tụi hàng không đẩy đi, khỏi sợ lạc gì hết.

– Đâu được! – Dì Bảy phản ứng – Mình còn mạnh, ngồi xe lăn bắt người ta đẩy coi sao được. Dì có đeo giấy tờ trong cổ rồi nè, có viết sẵn câu tiếng Mỹ biểu 'Hãy giúp tui', chắc không sao đâu hé!

– Con cũng đi Mỹ lần đầu, cũng run lắm – Tôi bật cười – Chắc không sao đâu hé!

– Con giỏi mà, đi công tác, đi hội thảo, tiếng Mỹ nói rót rót thì có gì mà sợ. Có gì hai dì cháu mình đi chung, dắt theo ông già kia nữa chứ, quên – Dì Bảy níu chặt tay tôi – Có lạc cùng lạc.

Dì Bảy không "đeo" tôi được lâu, khi lên máy bay

chúng tôi bị ngồi khác chỗ. Dù có ý xin đổi chỗ để ngồi chung nhưng cuối cùng phiền phức quá, chúng tôi đành tách nhau. Tôi hứa lúc xuống máy bay sẽ chờ dì đi chung, dì mới yên tâm. Hứa rồi tôi mới thấy mình bậy, qua đến Seoul tôi sẽ lấy tiếp máy bay đi New York, còn dì Bảy thì đến Los Angeles.

Chuyến bay dài bốn tiếng đồng hồ mà tôi lại không ngủ được. Lúc cất cánh là 11 giờ rưỡi khuya, đúng giờ đi ngủ thông thường. Mỗi khi đi máy bay chuyến dài, tôi hay bị đảo lộn đồng hồ sinh học. Tôi mở phim lên xem thì không hiểu hết nội dung. Phim không có phụ đề, coi hoàn toàn bằng tiếng Anh nghe không kịp. Tôi lướt hết phim này sang phim khác, không phim nào xem cho trọn. Khi tôi nói với dì Bảy mình cũng run vì đi Mỹ lần đầu là tôi nói thật. Dì tưởng tôi có thể nói tiếng Anh rót rót nhưng tôi tự biết mình là ai. Cái hội nghị bên Chicago mà tôi phải dự là một cục đá tảng đang nằm đè trên tim. Tôi bị chỉ định phải phát biểu về tình hình "dược cảnh giác" của công ty chi nhánh Việt Nam.

Mấy cô tiếp viên hãng Korean Air cực kỳ tận tụy. Họ đi tới đi lui, tay cầm khay có nước cam, nhìn len lén xem có khách nào muốn uống. Họ cứ thay phiên nhau đi như thế suốt đêm, trên đầu đội cái nón hình chiếc nơ quá khổ, dưới cổ còn bị siết một cái khăn hình cánh bướm. Cuộc đời thật kỳ lạ, tôi từng ao ước được làm tiếp viên hàng không để được đi khắp nơi trên thế giới. Thế mà giờ đi công tác, nằm khềnh cho người ta phục vụ tận răng lại thấy cái nghề tiếp viên trên máy bay xuyên lục địa vất vả biết bao. Bay đêm. Tôi bật cười nhớ tựa cuốn sách của Saint-Exupéry, "Vol de Nuit". Bay đêm tận dụng được thời gian, nhưng trong lòng lại thắc thỏm kỳ lạ.

Tôi đứng lên đi xuống chỗ dì Bảy và người bạn đường của dì. Hai ông bà già đang ngoẹo đầu vào nhau gà gật. Cả hai trông nhọc nhằn, dáng ngủ co ro, khúm núm thật tội nghiệp. Nhiệt độ trong máy bay khá thấp, chắc hai ông bà già lạnh lắm mà vì không biết nói tiếng Anh nên không biết cách xin mền đắp. Tôi ra dấu nhờ cô tiếp viên đem mền đến phủ cho họ rồi trở về chỗ mình.

Bên cạnh tôi là một doanh nhân người Mỹ, tôi đã liếc qua cái passport của ông lúc mới lên máy bay. Ông chỉ nhắm mắt ngủ một tí rồi ngồi thẳng dậy mở laptop làm việc liên tục. Tôi và ông chưa nói với nhau câu nào, không ai muốn làm phiền ai. Chẳng có việc gì làm, tôi liếc trộm qua máy tính, thấy ông đang trả lời e-mail trong hộp thơ offline. Đây là một sếp lớn, ông viết e-mail cho nhân viên với đủ mọi vấn đề cần giải quyết trong công ty, giọng điệu của ông thân mật nhưng rất kiên quyết. Tôi đọc miệt mài bao nhiêu là vấn đề trong công ty ông, nào là thay đổi bố trí phòng họp, tổ chức gặp gỡ các nhà cung ứng, xét thưởng theo kế hoạch vào giữa năm cho nhân viên giỏi, thúc đẩy mạnh hơn doanh thu bán hàng...

– Cô đang đọc trộm tôi phải không? – Ông người Mỹ đột nhiên lên tiếng, mắt vẫn đang nhìn vào màn hình – Cô không ngủ được hả?

– Sao? – Tôi giật mình – Ông đang nói chuyện với tôi?

– Đương nhiên. Bên trái tôi là lối đi, không có người ngồi cạnh. Bên phải tôi chính là cô.

– Tôi không cố ý đọc trộm – Biết chối cũng không được, tôi nhận luôn – Chỉ là tình cờ liếc qua thấy thôi, tại ông zoom màn hình cho chữ to lên nên dễ đọc. Tôi thắc mắc nãy giờ, ông làm tới chức Sáng lập viên kiêm Tổng Giám đốc mà đi máy bay hạng Economy?

– Cô đi công tác mà cũng không được công ty cho đi hạng Business, công ty cô là một trong những Tập đoàn dược phẩm lớn nhất thế giới mà – Tay vẫn bấm bàn phím lách tách, ông người Mỹ đều giọng đáp trả – Công ty cô lẽ ra phải có chính sách cho nhân viên đi công tác bằng máy bay kéo dài hơn sáu tiếng thì mặc nhiên là ngồi hạng Business chứ!

– Sao ông biết tôi làm công ty dược – Tôi ngạc nhiên – Tôi đâu có làm việc trên laptop mà ông nhìn trộm được thông tin chứ!

– Tôi thấy cái logo của tập đoàn KSA trên ba-lô của cô, tôi cũng để hành lý trên cùng cabine mà – Ông Mỹ bắt chước cách tôi nói tiếng Anh giọng Việt – Chỉ là tình cờ liếc qua thấy thôi. Ba-lô cô còn ló ra xấp giấy ghi lịch hội nghị toàn cầu của tập đoàn KSA ở Chicago. Cô là bác sĩ hay dược sĩ?

Tôi bật cười, thấy ông bắt chước giọng tôi giống quá. Tôi cúi xuống chân lấy giỏ xách tay lên, lục tìm danh thiếp đưa ông nhưng mãi không thấy.

– Gọi tôi là John – Ông Mỹ mất kiên nhẫn móc túi áo lấy danh thiếp mình đưa trước – Cô không có phong cách của doanh nhân lắm. Chắc bình thường cô làm việc trong phòng thí nghiệm với chuột bạch thôi?

– Đúng rồi! – Tôi nói bừa – Gọi tôi là An, tôi là bác sĩ nhưng không có kinh nghiệm lâm sàng mà làm việc trong công ty dược, tiếng Anh tôi không tốt lắm vì chẳng có cơ hội thực tập, thường tôi chỉ nói chuyện bằng tiếng Anh với chuột bạch nên phát âm còn hạn chế.

– Hân hạnh được biết cô – John xoay người qua giơ tay bắt để lộ dưới ánh đèn mờ của máy bay một gương mặt trẻ hơn tôi nghĩ – Cô cứ tranh thủ thực tập tiếng Anh với tôi trước khi dự hội nghị ở Chicago, tôi tạm làm chuột thí nghiệm của cô vậy.

– Công ty anh thuộc lĩnh vực gì? – Tôi bắt đầu khai thác thông tin – Sao anh phải sang đến Việt Nam?

– Cô đã liếc trộm các e-mail tôi viết, bao nhiêu bí mật kinh doanh của tôi bị cô đọc được, giờ cô còn vờ vĩnh à? Cô đọc chăm chú đến mức tôi sợ mình viết sai chính tả luôn.

– Đã nói tiếng Anh tôi không tốt mà – Tôi bật cười – Tôi đọc chăm chú vậy chứ không hiểu gì hết!

Từ lúc làm quen với John, chuyến bay của tôi ngắn lại đáng kể. John không nói tuổi của mình nhưng tôi nhẩm ra anh bốn mươi ba vì anh cho biết năm 1972 lúc mẹ anh đang mang thai, ba mẹ anh rời Sài Gòn về Mỹ. Hai người cưới nhau ở Sài Gòn và về nước khi Mỹ rút quân khỏi Việt Nam. Ba John từng phục vụ trong quân đội Mỹ ở miền Nam – Việt Nam. Mẹ anh là người Việt, gốc Mỹ Tho. Sau John còn một đứa em trai nữa trước khi ba mẹ anh li dị. Vẻ bề ngoài của John không cho thấy anh mang hai dòng máu, tôi không tìm thấy một dáng vẻ nào của người Việt. Mẹ John hiện sống ở Sài Gòn nên lần này anh sang Việt Nam là để thăm mẹ chứ công ty anh không có bất kỳ hoạt động nào ở đây.

Tôi quen biết nhiều với người châu Âu và thường đi công tác ở châu Âu nhưng đây là lần đầu tôi tiếp xúc với một người Mỹ. Bạn bè châu Âu của tôi hay tỏ vẻ khinh thường khi nhắc đến người Mỹ. Họ nói người Mỹ không lịch sự, thô kệch, không được trang bị nhiều về văn hóa hay nói đơn giản hơn là... thiếu văn hóa hay vô văn hóa. John không bộc lộ mình theo cách đó, hẳn anh thuộc tầng lớp doanh nhân, là quản trị doanh nghiệp, anh chắc chắn tiếp xúc nhiều với đủ mọi loại người và có trải nghiệm phong phú. Điều dễ thấy nhất ở John là cách nói chuyện vừa hài hước vừa hơi quá thân mật cho một cuộc trò chuyện giữa hai hành khách ngồi cùng chuyến bay.

– Cô có bà con thân thuộc sống ở Mỹ không? – John hỏi – Hình như người Sài Gòn nào cũng có người quen ở Mỹ thì phải? Sau 1975, có rất nhiều người là thuyền nhân đi vượt biên.

– Gia đình tôi cũng có nhiều người là thuyền nhân – Tôi chợt thấy máu mình đang đông cứng lại – Tôi có một người cô ruột đi vượt biên mất tích, mấy chục năm rồi. Tôi không có bà con thân thuộc sống ở Mỹ.

– Vậy cô sang Mỹ lần này chỉ dự hội nghị rồi về? Không có thân nhân để thăm sao?

– Tôi cũng tranh thủ đi chơi một chút chứ. Giờ anh là người thân duy nhất của tôi ở Mỹ – Tôi nửa đùa nửa thật – Nếu anh muốn, tôi sẽ đến thăm anh. Theo như danh thiếp thì anh ở Chicago?

– Sao? – John ngạc nhiên – Thăm tôi? Cô đùa chắc?

– Tôi làm anh sợ hãi dữ vậy sao? – Tôi nghe giọng mình khá phật ý – Đúng là tôi đùa. Tôi đâu biết anh là loại người gì mà đến thăm chứ! Nếu anh đã có vợ, vợ anh băm tôi ra. Nếu anh sống một mình, anh cũng có thể thịt tôi mất.

John bật cười to đến mức những hành khách ở hàng ghế trên quay xuống tò mò nhìn. Tôi không thấy có gì vui và bắt đầu thấy những lời nhận xét tiêu cực của bạn bè châu Âu dành cho người Mỹ là đúng. Tôi quay mặt sang một bên giả bộ ngủ. Bên phải tôi là một thanh niên Hàn Quốc từ lúc máy bay vừa cất cánh đã ngủ vùi cho đến giờ.

Các cô tiếp viên đang chuẩn bị cho chuyến bay sắp đáp xuống Seoul. Mọi người lục tục thức dậy, chuẩn bị ăn bữa cuối trước khi chuyến bay kết thúc. Tôi bắt đầu thấy mệt và thực sự muốn ngủ nhưng phải ngồi gà gật ăn suất của mình. John đang huyên thuyên nói gì đó về thời tiết hiện tại ở các tiểu bang của Mỹ. Mùa xuân rồi, đây là thời điểm tuyệt đẹp nhất để thăm thú khắp nơi.

Tôi bước chân xuống phi trường Incheon lúc sáu giờ rưỡi sáng, mắt díp lại vì buồn ngủ. Hàn Quốc đi trước Việt Nam hai tiếng nên dù chuyến bay chỉ kéo dài bốn tiếng, khi nhìn vào đồng hồ ở sân bay tôi vẫn có cảm giác mình trải qua một đêm dài đến sáu tiếng không ngủ. Dì Bảy và người bạn đường của dì đi theo tôi tò tò. Tôi trấn an hai ông bà già mình sẽ dắt họ qua tận cổng lên máy bay đến Los Angeles. Sau đó, tôi sẽ tìm đến cổng của chuyến bay sang New York sau.

– Cô không bay thẳng đến Chicago sao? – John ngạc nhiên – Tôi tưởng chúng ta lại cùng ngồi chung máy bay đi tiếp đến đó!

– Tôi đi New York rồi ghé một số bang bên bờ Đông chơi một vài ngày trước khi đến Chicago dự hội nghị của tập đoàn – Tôi cũng ngạc nhiên trước vẻ thất vọng của John – Anh quyến luyến tôi dữ vậy sao?

– Tôi chưa từng gặp phụ nữ Việt Nam nào mà thẳng tính như cô – John lại ngạc nhiên – Đúng, tôi rất tiếc không làm bạn đồng hành cùng cô bay tiếp đến Chicago. Trò chuyện với cô rất thú vị.

– Vậy thì chúng ta chia tay ở đây thôi – Tôi chìa tay ra bắt – Rất vui được biết anh, nhưng chẳng bao giờ chúng ta gặp lại nhau nữa thì phải. Dù sao cũng rất vui.

– Hôm nào cô mới đến Chicago? – John lộ rõ thái độ muốn gặp lại – Tôi có thể dắt cô tham quan thành phố sau khi cô dự hội nghị xong.

– Dự hội nghị xong là tôi về Việt Nam luôn – Tôi chợt thấy xúc động trước vẻ quyến luyến của người bạn Mỹ nên liếc vào tờ vé điện tử của mình đọc to lên – Tôi sẽ đi máy bay của hãng United Airlines từ Boston đến Chicago vào tối ngày năm tháng năm, tôi đến nơi lúc bảy giờ mười ba phút tối. Tôi sẽ có nửa ngày rảnh rỗi trước khi dự hội nghị vào sáng ngày sáu tháng năm. Nếu tối đó anh rảnh dắt tôi đi chơi Chicago thì tuyệt...

– Ồ không – John thất vọng kêu lên – Thời gian đó tôi đi công tác rồi, không có ở Chicago.

– Vậy thì... – Tôi chìa tay ra, thất vọng ít nhiều – Chúng ta chia tay nhau ở đây.

Tôi đưa dì Bảy và bạn đồng hành của dì đến cổng đi Los Angeles. Dì dúi vào tay tôi địa chỉ nhà ở Orange County, California, hào sảng nói nếu trong thời gian tôi ở Mỹ có gặp khó khăn gì cứ gọi điện, con cái của dì sẽ đến giúp. Tôi chỉ ở loanh quanh các tiểu bang phía bờ Đông, còn Orange County ở bờ Tây. Dì Bảy hoàn toàn mù tịt về mặt địa lý ở Mỹ. Hai bờ Đông – Tây cách nhau tròm trèm ba ngàn cây số, bay tốn đến sáu tiếng đồng hồ, nước Mỹ rộng tương đương châu Âu. Tôi gật đầu cảm ơn hai ông bà già hồn hậu rồi lật đật quay lại cổng lên máy bay của mình.

Phi trường Incheon dài thậm thượt, các shop bán nước hoa, mỹ phẩm, đồng hồ nằm dọc theo hành lang chính rất quyến rũ nhưng chân tôi như đeo đá, mắt tôi nặng như chì. Tôi chỉ muốn tìm chỗ nào ngả lưng ngủ một giấc. Tìm ra cổng chờ chuyến đi New York xong tôi phát hiện đến mười giờ hai mươi mới bay. Tôi gối đầu lên ba-lô, quyết tâm phải ngủ trước khi bị hạ huyết áp.

Trong cơn mê ngủ mơ màng, tôi thấy lại gương mặt thân quen của một cô gái trẻ. Gương mặt đã ám ảnh những giấc mơ của tôi suốt bao nhiêu năm qua.

Tôi luôn muốn quên cô đi, quên hẳn. Tận sâu trong tiềm thức, cô cứ tồn tại trong những giấc ngủ chập chờn.

Và tôi cũng mơ thấy một gương mặt khác của một người con trai, người này thì tôi không muốn quên tí nào.

Chương 2

Xóm nhỏ Tân Định

Tôi trải qua một tuổi thơ tuy thiếu thốn trầm trọng về mặt vật chất nhưng tràn đầy hạnh phúc trong căn nhà nhỏ nhắn ở Tân Định. Đó là một khu vực sầm uất và náo nhiệt, nhưng cũng có những con đường yên tĩnh và xinh đẹp, vô cùng độc đáo nằm gần trung tâm thành phố Sài Gòn. Tôi đã ở vùng Tân Định này từ khi mới sinh ra đời, mẹ tôi đã sinh tôi ở nhà bảo sinh Lương

Kim Vi ngay góc đường Hai Bà Trưng – Trần Quang Khải. Cho đến giờ gia đình tôi vẫn cố bám trụ tại đây dù bao phen giá nhà đất lên cao vút vô cùng hấp dẫn, cứ muốn đánh bật chúng tôi ra khỏi vùng Tân Định yêu dấu. Rất nhiều những gia đình hàng xóm cũ đã bán nhà để đến cắm dùi ở những quận lị xa xôi hơn.

Tân Định có ngôi chợ đầy hàng hóa với những sạp trái cây căng bóng nằm trước cổng chợ. Ở đó luôn có những bà bán hàng mập mạp dù trong giai đoạn cả nước đều ốm đói suốt những năm 80 của thế kỷ trước. Xéo xéo ngôi chợ Tân Định trần tục là một nhà thờ thanh tao cũng mang tên Tân Định, một ngày đổ chuông mấy bận, nghe rất bình an. Cả chợ và nhà thờ đều nằm trên đường Hai Bà Trưng huyết mạch, đạp xe chừng mười lăm phút là ra đến tượng Trần Hưng Đạo, giáp bờ sông Sài Gòn. Song song với đường Hai Bà Trưng là đường Trần Quang Khải, nhỏ hẹp hơn nhưng là một trong những con đường phức tạp nhất thành phố. Phức tạp vì con đường này sầm uất về mặt thương mại và có nhiều đối tượng của thế giới ngầm, nhưng con đường này cũng có đến hai cái đình nghi ngút khói và một rạp hát mang tên Văn Hoa. Xem ra cũng rất văn hóa.

Tôi đặc biệt thích đường Trần Quang Khải và trong suốt những năm thơ ấu, đó là con đường xa nhất một con nhóc bảy-tám tuổi có thể từ nhà đạp xe ra, thích thú ngắm nhìn hàng quán hai bên, thèm thuồng chảy nước miếng khi hít phải mùi thơm của những nồi nước lèo bốc khói. Trên con đường chưa đến một cây số đó, tôi thấy cuộc sống phong phú trải dài. Có đủ mọi sang hèn và hỉ nộ ái ố cùng tồn tại. Tôi rất thèm một ổ bánh mì pâté kẹp chả bán ở đầu đường Trần Quang Khải nhưng thường đó là món rất xa xỉ, chẳng mấy khi tôi có đủ điều kiện để mua. Thường tôi chỉ đủ tiền mua xôi đậu phộng hoặc một cái bánh chưng chiên, do một bà già khắc khổ có khuôn mặt không bao giờ cười, ngồi bán trên vỉa hè.

Trên còn đường Trần Quang Khải, địa điểm tôi hay ghé vào nhất là Pharmacy Duyệt, tôi thường hay mua mấy viên thuốc cảm mạo. Thời đó hầu như ai cũng bệnh rề rề do thiếu ăn và vệ sinh kém, sức đề kháng trong người rất thấp. Tôi còn nhớ ngay quãng giữa đường Trần Quang Khải là một bô rác hôi thối kinh khủng. Mỗi khi đi ngang tôi phải bịt mũi lại, đạp xe chỉ bằng một tay. Ơn Trời, cái bô rác đó bị xóa sổ vào một ngày rất đẹp mà tôi không còn nhớ rõ vào năm tôi bao nhiêu tuổi.

Thật ra, nhắc đến đường Trần Quang Khải mà tả cái bô rác hôi thối đã bị xóa sổ từ lâu là một bất công lớn. Vì con đường này còn nhiều địa điểm khác, dễ chịu hơn, đẹp đẽ hơn. Ví dụ như thời đó tôi hay đi xem phim ở rạp Văn Hoa, cái rạp có cái tên rất văn hóa đó ôi thôi là đầy rệp. Mỗi khi đi xem phim về tôi phải thay đồ ngay tức khắc, bỏ vào thau giặt với nước sôi trụng lên. Nỗi khiếp sợ rận rệp đó không làm cái rạp cinéma mất đi tính hấp dẫn. Thật tình hầu như tôi không hiểu gì về nội dung phim do tôi chỉ mới bảy tuổi, thường đi xem phim với mấy anh chị hàng xóm, phim chiếu lúc đó có nội dung lớn lao như xây dựng xã hội chủ nghĩa hay bảo vệ hòa bình thế giới. Nhưng thời đó món ăn tinh thần thiếu thốn khủng khiếp, giá vé xem phim thì rẻ do được nhà nước bao cấp. Phim nào mới ra cũng được mấy anh chị hàng xóm rủ tôi cùng đi xem. Phim chủ yếu do Việt Nam sản xuất hoặc do các nước Đông Âu tặng hữu nghị.

Những tựa phim thời đó tôi còn nhớ mang máng có *Họng súng vô hình, Hồ sơ thần chết, Trên từng cây số, Con đường đau khổ*... Mấy phim này tôi chả hiểu gì cả vì vượt quá khả năng của một đứa con nít nhưng mấy anh xóm tôi rất thích vì có bắn giết. Một số phim có nội dung trong sáng hơn tôi còn nhớ có *Thầy Lang, Học trò quan ngự y, Tên trộm thành Baghdad*... Ngoài những bộ phim do Đông Âu sản xuất, thời đó Sài Gòn còn chiếu kha khá phim của Ấn Độ như *Truyền thuyết tình yêu, Công lý và báo thù, Alibaba và 40 tên cướp*... Đặc biệt không hiểu sao những năm 80, phim của Pháp cũng được ưu ái chiếu ở Việt Nam, nào là *Tình sử Angélique, Hai người đàn ông trong thành phố,*

Và Thượng đế đã tạo ra đàn bà... Tôi rất thích phim Pháp vì có nhiều tài tử và minh tinh rất đẹp, mà tôi thì đi xem phim chủ yếu là để nhìn mặt người đóng. Tôi cũng bày đặt mê Alain Delon, Brigitte Bardot, Michèle Mercier, Robert Hossein...

Dù ngây ngô không hiểu nội dung phim, nhưng trên đoạn đường về khi mấy anh chị hàng xóm bàn tán sôi nổi, tôi cũng cố gắng góp lời.

– *Alain Đờ-lông* đẹp trai thiệt – Mấy chị thốt lên đê mê – Ai như mấy anh xóm mình, toàn là *Alain Đờ-Không-Lông!*

– Dạ dạ – Tôi gật gù – Có lông mới đẹp, không lông xấu hoắc!

– Brigitte Bardot quá đã – Mấy anh vỗ đùi đét đét – Nhô cao ơi là cao, bự ơi là bự, cái đít đi ẹo ẹo...

– Dạ dạ – Tôi tán thành – Bự ơi là bự, quá đã, quá đã!

Trong số con nít xóm tôi không hiểu sao tôi là đứa nhỏ nhất, những anh chị khác lớn hơn tôi từ vài tuổi đến nhiều lắm là mười tuổi. Trong cái đám con nít từ bảy đến mười bảy đó, mấy anh chị đang độ tuổi dậy thì tức nhiên rất biết nói bóng gió bậy bạ. Khi họ chơi chữ với "Đờ-Lông" và "Đờ Không-Lông", họ cười nắc nẻ. Hoặc khi họ tả "nhô cao ơi là cao" thì mắt ai cũng tỏ vẻ thòm thèm. Còn cái con nhóc bảy tuổi ngu ngơ tôi chỉ biết nhại lại mà chẳng hiểu gì. Mặc dù vậy, tôi lờ mờ biết chúng tôi đang cùng hội cùng thuyền, cùng đang nói bậy rất ư là vui vẻ.

– Angélique nàng ơi! – Mấy anh chị tuổi teen la lên – Ngứa quá, ngứa quá...

– Ngứa quá! Ui ui, ngứa quá!!!

– Ngứa dễ sợ!

Ngứa quá, không phải vì sắc đẹp của Angélique quá khiêu khích làm mấy anh đang tuổi dậy thì bị "ngứa". Đó là do chúng tôi tiện miệng thốt lên vì mấy con rận trong cái rạp Văn Hoa kia đang tưng bừng mở tiệc hút máu. Dù thiếu ăn và gầy còm, da thịt non nớt của mấy đứa trẻ chúng tôi vẫn là bữa đại tiệc cho cái bọn chí rận.

Dù sao, rạp Văn Hoa thời đó vẫn có công cho đám con nít xóm tôi một nền tảng văn hóa tương đối. Chúng tôi được xem phim từ nhiều nước khác nhau, rất đa dạng. Đâu phải như bây giờ, chỉ rặt có phim Mỹ độc quyền, xem mãi cũng chán và không sao đổi món được. Tôi tự hỏi giờ mà muốn xem một bộ phim Ấn Độ ngoài rạp ciné thì phải làm sao?

Nếu như đường Hai Bà Trưng sầm uất được xem là vành đai ngoài của khu Tân Định, đường Trần Quang Khải ồn ào ắt hẳn là vành đai trong, bao bọc lấy một một khu yên bình, có phần sang trọng, gồm những con đường nho nhỏ vắng hẳn lưu lượng giao thông. Đó là một Tân Định khác, không náo nhiệt nữa mà hoàn toàn tĩnh lặng, gồm những con đường mang tên của những vị tướng đời Trần. Nào là Trần Nhật Duật, Trần Khắc Chân, Trần Khánh Dư, Trần Quý Khoách, Đặng Tất, Đặng Dung. Trải qua bao thăng trầm, trong khi rất nhiều đường ở Sài Gòn bị thay tên đổi họ loạn cả lên, khu vực 'họ Trần' này may thay, cho đến nay vẫn chưa lâm vào cảnh xáo trộn. Thật cảm động biết bao.

Nhà tôi nằm ở đường Trần Quý Khoách, con đường có cái tên vô cùng khó phát âm. Mỗi lần đọc địa chỉ nhà, tôi phải đánh vần rất chậm. Đã có rất nhiều người lớn cảm thấy ngại ngùng vì bị một con bé có cái nhìn nghiêm nghị, đánh vần từng chữ một như thể họ vô cùng kém cỏi vì có một chữ 'khoách' mà cứ hỏi đi hỏi lại.

– Cái tên nghe lạ quá! – Nhiều người thú nhận – Trần Quý Khoách là ai vậy?

– Đó là một ông vua đời Trần. Tại sao mọi người biết Trần Khánh Dư, Trần Khắc Chân, Trần Quang Khải, Trần Nhật Duật? – cô bé nghiêm nghị được dịp giảng bài lịch sử – Mấy ông đó được đặt tên đường nằm xung quanh đường Trần Quý Khoách này, nhưng họ chỉ là tướng tá thôi. Còn Trần Quý Khoách là vua, là vua!

– Vua hả? – Chưa hết ở người vì cái ông vua Trần Quý Khoách lạ lẫm đó, ai xui xẻo đụng phải tôi thời đó còn khiếp đảm vì bị giảng lịch sử tiếp.

– Thế cô/chú có biết tại sao đường Đặng Dung và Đặng Tất được nằm song song với đường Trần Quý Khoách không?

– Không...

– Đó là vì Đặng Dung là một vị tướng trung. Đặng Dung là con của Đặng Tất. Đặng Dung đã hết lòng phò vua Trần Quý Khoách. Khi Trần Quý Khoách bị quân Minh bắt giữ, trên đường giặc giải ông qua Trung Quốc, vua đã nhảy xuống biển tuẫn tiết. Tướng Đặng Dung đã trung thành nhảy theo để giữ tròn nghĩa khí.

– Vua thật sao? – Một số người tỏ ý nghi ngờ – Vua vào thời điểm nào?

– Trần Quý Khoách là vua triều Hậu Trần, tên hiệu là Trùng Quang Đế, là vị vua yêu nước, tận lực chống quân Minh – Tôi tức khí – Trần Quý Khoách lên ngôi vào năm 1409.

Cho đến giờ tôi vẫn luôn tự hào vì ngay từ thuở nhỏ, tôi đã cố tỏ ra thông thái và rành lịch sử nước nhà. Thời đó không có Internet và Google, nên con nít muốn tìm hiểu lịch sử không thể làm theo câu cửa miệng của ngày nay "Dân ta phải biết sử ta, nếu mà không biết thì tra Google" được. Thời đó, con nít muốn biết gì thì chỉ còn cách hỏi người lớn, rồi người lớn phải tra cứu sách vở sao đó để giải đáp lại. Tất cả những điều tôi biết về Trần Quý Khoách là do ông nội gieo vào đầu tôi.

Ông nội tôi là người đã mua căn nhà ở đường Trần Quý Khoách cho gia đình đông con của mình. Căn nhà đó được xây mới toanh và gia đình tôi là những người chủ đầu tiên. Khi tôi ra đời vào năm 1975, gia đình tôi đã định cư ở đó từ rất lâu rồi. Vì gia đình rất đông nhân khẩu, chúng tôi thoát được nạn bị ghép hộ. Tức là theo sự phân công của chính quyền, một gia đình nào đó được phép vào ở, chia đôi hoặc chia ba cái nhà của chủ hộ.

Đường Trần Quý Khoách là một con đường nhỏ hẹp với hai dãy nhà xinh xinh, toàn bộ chỉ gói gọn chừng năm mươi mấy căn hộ. Cuối đường là trường cấp hai Văn Lang. Nhà tôi nằm ở khúc lưng chừng, đủ nghe tiếng trống tan học và chứng kiến hàng tốp học trò đeo khăn quàng đỏ nối đuôi nhau đi ngang qua, trò chuyện rôm rả. Có những học trò lớp chín đã cao nhổng, mép lún phún ria, đi ngang nhà tôi nhìn vào tìm chọc cô Út.

Cô Út tôi chỉ hơn tôi mười tuổi. Cô có đôi mắt to tròn đen láy, rất hợp với cái tên Nhung của cô. Trong ký ức tuổi thơ, cô Út Nhung thật tuyệt vời. Cô đã học trường của Tây, khi cô nói tiếng Pháp thạo thì Sài Gòn giải phóng. Biến cố năm 1975 làm cô phải học theo hệ giáo dục mới, không còn được mặt jupe đến trường, không còn được học chương trình Pháp. Khi tôi bốn tuổi, chưa được đi học, cô Út là người chịu khó lấy truyện tranh bằng tiếng Pháp ra đọc cho tôi nghe. Dù lớn hơn tôi chỉ có mười tuổi, cô Út rất ra dáng một người cô, làm tàng và hách dịch. Cô thường bắt tôi ngồi tắm trong bồn rửa chén, kỳ cọ cho đến lúc tôi đỏ ửng và run lập cập vì lạnh mới chịu cho tôi ra. Tôi chẳng khác nào là con búp bê cho cô giải trí vậy.

Khi tôi tám tuổi, cô Út nghe theo lời rủ rê của bạn bè, một hai đòi ông bà nội tôi cho tiền đi vượt biên. Tôi nghĩ hành động đòi đi vượt biên giống như mấy em tuổi teen thời bây giờ, nhất quyết đòi phụ huynh chạy tiền để đi du học mà khù khờ chả biết phải học gì và trong đầu không có một kế hoạch cụ thể nào cả. Khi đó tôi nhỏ quá, không biết cô Út đang giã biệt mình trước ngày cô bỏ Sài Gòn ra đi. Cô dắt tôi đi ăn kem ở Hồ Con Rùa, ngồi nhìn tôi đăm đăm rồi cúi mặt chùi nước mắt.

– Sao cô Út không ăn với con? – Tôi ngây thơ hỏi – Cô Út không đủ tiền mua hai ly kem phải không?

– Không phải... – Cô tôi mỉm cười – Mai mốt cô còn được ăn sơn hào hải vị, chỉ thương bé An ở lại không có gì ăn.

– Cô Út ăn chung kem với con đi – Tôi chìa ly kem ra – Cho vui.

– Giờ cô mới mười tám tuổi, còn bé mới tám tuổi – Cô Út tươi tỉnh lên – Đường đời còn dài mà. Thế nào rồi cô cháu mình cũng có dịp gặp lại nhau. Có thể khi đó bé đã bốn mươi còn cô năm mươi. Không sao cả, miễn là mình có hy vọng.

Thế nào rồi cô cháu mình cũng có dịp gặp lại nhau. Cô Út tôi đã hy vọng thế. Hôm sau khi tôi đi học về thì không thấy cô mình đâu nữa. Tôi hỏi mọi người, ai cũng buồn, nói cô đi làm xa rồi. Cả nhà ai cũng mong tin cô nhưng không bao giờ biết được cô ra sao. Chỉ một năm sau ngày cô Út đi vượt biên mất tích mà mọi người nghĩ là đã chết rồi, ông bà nội tôi cùng toàn thể các cô chú được di cư hợp pháp sang Đức. Một người chú của tôi đã đi du học từ nhiều năm trước 1975 đứng ra bảo lãnh cả gia đình (trừ ba tôi vượt tuổi quy định và là người đã có vợ con thì không được đi). Hồ sơ được xét duyệt sớm hơn mong đợi không hiểu vì lý do gì. Nếu cô Út chịu khó chờ thêm chỉ một năm để cùng ra đi, cô đã không bỏ mạng trên biển cả bao la vào cái tuổi mười tám tươi đẹp đó.

Trước khi lên máy bay, ông bà nội tôi đã đi xem bói nhiều nơi để hy vọng rằng cô con gái nhỏ của họ vẫn còn sống đâu đó trên đời này. Không ai biết được thực sự cô Út đã chết chưa. Có thể cô đang ở một trại tập trung nào đó trên đảo Malaysia, có thể cô đã sang đến miền đất tự do, có thể cô đã cập bến an toàn dù là nơi hoang vắng nghèo khổ? Cho đến giờ, chúng tôi không ai biết tin gì về cô Út. Tất cả chỉ là hai chữ mất tích. Day dứt, hoang mang, đau thương, nhức nhối.

Cho tới những ngày cuối đời mình ở Đức, hơn ba mươi năm sau khi cô Út vượt biển ra đi, ông bà nội tôi vẫn luôn nhói lòng mỗi khi nhắc đến cô. Nhất là bà nội, với tấm lòng người mẹ yếu đuối, bà đã không đủ sức khuyên răn con, để cô Út đạt được đòi hỏi phải ra đi cho bằng bạn bằng bè. Giá mà bà quyết liệt hơn, can ngăn con mạnh mẽ hơn, khóc lóc thảm thiết hơn, cô Út đã không trở thành nỗi day dứt suốt đời khôn nguôi của cả gia đình.

Và tôi, trong những giấc mơ không sao kiểm soát được, cô Út thỉnh thoảng lại xuất hiện. Tôi vẫn luôn ngạc nhiên sao tiềm thức mình vẫn còn lưu lại hình ảnh cô. Một thiếu nữ mười tám tuổi rắn rỏi, xinh tươi, cắt tóc demi-garcon mạnh khỏe, nụ cười lém lỉnh trên môi. Sao tôi vẫn còn mơ thấy cô sau mấy chục năm đằng đẵng? Sao những lúc đi công tác ở nước ngoài tôi vẫn nghĩ ngợi vẩn vơ, có khi nào trên phố đông người, tôi bắt gặp ai đó giống cô Út? Thì ra cô vẫn còn sống, cô chỉ không liên lạc với gia đình vì rất nhiều lý do. Cô bị mất trí nhớ vì chuyến vượt biên có quá nhiều bạo hành do cướp biển và bão tố? Cô bị dạt lên bờ biển hoang, một con dã nhân thấy cô xinh đẹp đã bắt cô về làm vợ? Trải qua nhiều biến cố khổ đau trên biển cả, cô quyết định không liên lạc với gia đình để sống cuộc đời mới?

Hầu như gia đình nào ở Sài Gòn thời đó cũng có người đi vượt biên. *Boat people*, thuyền nhân. Hai từ đơn sơ nhưng thật nhiều đau đớn.

Chương 3

Những anh Cu xóm cũ

Tôi lại được phi hành đoàn của Korean Air "Welcome on board" khi lên máy bay chuyến Seoul - New York. Chặng đi này dài gấp ba lần chuyến Sài Gòn - Seoul nhưng không có một anh hàng xóm dễ thương nào như John cả. Tôi ngồi ngoài lối đi, bên cạnh tôi là một bà Hàn Quốc diêm dúa. Tôi ngủ vùi, thầm mong đừng mơ thấy cô Út nữa.

Cuối cùng tôi cũng đến nước Mỹ với một tâm

trạng kỳ lạ. Tôi hồi hộp như thể mình mới đi nước ngoài lần đầu dù tôi đã đi công tác ở rất nhiều nước rồi. Nước Mỹ có một mối dây liên hệ lịch sử quá đặc biệt với người Sài Gòn. Dẫu quân đội Mỹ đã rút khỏi thành phố này hơn bốn mươi năm rồi, người Sài Gòn thế hệ ba mẹ tôi vẫn chưa thôi quên được những gì họ để lại. Và tôi dù sinh sau đẻ muộn, chưa từng chứng kiến những ngày người Mỹ dập dìu đi trên đường phố Sài Gòn, tôi vẫn ý thức được nước Mỹ hoàn toàn không thể là xa lạ.

Tôi đứng xếp hàng chờ qua cổng hải quan ở phi trường JFK New York, lòng đầy hồi hộp và chộn rộn, không kiểm soát được. Tôi sợ với vẻ mặt căng thẳng của mình, có thể hải quan thấy bất ổn và chặn lại không cho tôi vào nước. Thế rồi cũng đến lượt tôi đứng trước một ông hải quan da trắng có nụ cười thân thiện. Ông hỏi có phải lần đầu tôi đến Mỹ, tôi đến với lý do gì và dự định sẽ ở lại bao lâu. Tôi lập cập trả lời, hồi hộp càng làm tôi phát âm tiếng Anh một cách quê mùa, đáng xấu hổ.

– Vậy ra cô đến New York để tranh thủ du lịch một chút trước khi đến Chicago dự hội nghị – người hải quan hỏi lại – Cô có người quen nào không, hay ở khách sạn?

– Tôi ở khách sạn, tôi không quen ai ở đây hết – Tôi trả lời, cố gắng bớt run – Tôi sẽ mua tour để đi chơi.

– Cô cẩn thận nhé! New York không an toàn lắm cho một người lạ đâu.

– Cảm ơn – Tôi cảm thấy thoải mái hơn một chút – Tôi sẽ cẩn thận.

– Không ra đường lúc quá khuya – người hải quan dặn dò thêm – Không đến những nơi vắng nhé. Giá mà cô có một người quen ở New York thì tuyệt hơn biết bao! Chúc cô có những ngày vui vẻ trên nước Mỹ. Tạm biệt.

– Cảm ơn, cảm ơn – Tôi mỉm cười lấy lại vẻ tự chủ.

Tôi thấy lòng xúc động khó tả. Chưa có một người hải quan nào nói chuyện với tôi thân mật như thế. Khi tôi đến châu Âu, hoặc họ lạnh lùng không hỏi han gì, đóng dấu một cái cộp vô hộ chiếu của tôi, hoặc họ gặng hỏi với một thái độ hồ nghi rõ rệt. Ở những nước châu Á, hải quan bớt lạnh lùng hơn, nhưng họ cũng không rỗi hơi hỏi chuyện thân tình như thế.

Tôi lên taxi, nói địa chỉ khách sạn rồi bồi hồi nhìn cảnh vật đang lướt nhanh qua ngoài cửa sổ. Tự dưng tôi có một mong ước kỳ lạ: có ai đứng chờ tôi ở phi trường, chở tôi về nhà trên xe hơi cá nhân, đón tiếp tôi nồng hậu sau bao nhiêu năm trời không gặp. Sao tôi lại có tâm trạng sợ cô đơn khi đi nước ngoài như thế này. Tôi đã đi công tác đơn độc hàng trăm lần, tôi hiếm khi có ai đó đón đưa ở phi trường, tôi cũng luôn là người đề cao tính độc lập.

"Giá mà cô có một người quen ở New York thì tuyệt hơn biết bao!". Người hải quan đã cảm cảnh thay cho tôi. Khi tôi nói mình không quen ai ở New York, tim tôi nhói đau vì tôi thật sự hy vọng mình nối lại được liên lạc với một người. Rất có thể anh đang ở New York, nhưng cũng có thể anh di chuyển sang một thành phố khác, một tiểu bang khác rồi.

Tôi hy vọng anh vẫn còn nhớ tôi là ai, nhưng khi gặp lại nhau tình cờ ngoài đường, có thể cả tôi và anh đều không thể nhận ra nhau. Đó là người anh hàng xóm của tôi, một trong những đứa con nít từ bảy đến mười bảy tuổi sống ở đường Trần Quý Khoách của thập niên tám mươi. Chúng tôi đã cùng nhau trải qua thời thơ ấu dù thiếu thốn nhưng xiết bao thân tình ở khu Tân Định. Chúng tôi đã cùng nhau đi xem phim ở rạp Văn Hoa và cùng bị những con rệp cắn đỏ mông. Khi tôi còn ngây thơ không biết hệ lông mao đóng vai trò gì mà *Alain Đờ-Lông* thì tuyệt hơn *Alain Đờ-Không-Lông*, anh đã bắt đầu bước vào độ tuổi dậy thì phức tạp.

Thật ra anh đẹp trai như *Alain Đờ-Lông* chính hiệu, dù thời điểm đó có thể cơ thể anh đang ở "chế độ" Đờ-Không-Lông. Tôi không nói quá lên đâu, vì mọi người trong xóm tôi đặt anh là Bình Bảnh Tỏn hay thường được gọi tắt là Bình Bảnh. Bảnh tức là bảnh bao, là sáng sủa, là khôi ngô. Bảnh còn bao hàm một sự thong dong, sang trọng, giàu có nữa. Mặc dù vậy, từ lúc nhỏ tôi đã chứng kiến Bình Bảnh sống rất vất vả, nói một cách thẳng thắn là rất nghèo khổ. Dù thời đó ở Sài Gòn ít ai có mức sống giàu sang và sự thiếu thốn vật chất là tình hình chung của toàn thể mọi người, Bình Bảnh thật sự khó khăn.

Bình lớn hơn tôi chính xác năm tuổi. Anh sống đối diện nhà tôi. Bình là con út trong một gia đình có đến sáu đứa con. Ba anh là sĩ quan cao cấp của quân đội Việt Nam Cộng hòa. Trước ngày giải phóng, mấy anh chị em của Bình đi học bằng xe hơi có tài xế riêng đưa đón. Sau biến cố 30 tháng Tư 1975, ba của anh đi học tập cải tạo để lại người vợ vốn ăn trắng mặt trơn phải lao đao tìm cách nuôi đàn con sáu đứa đông đúc. Gia đình Bình quả thật rất khốn đốn với cái lý lịch ngụy quân ngụy quyền do ba anh để lại. Mấy mẹ con anh từng bị lùa đi vùng kinh tế mới, phải cày cuốc ở nơi hoang sơ. Bình kể đã có lúc mấy mẹ con ôm nhau tuyệt vọng, chỉ muốn cùng uống thuốc chuột chết quách cho xong.

Giống như hầu hết các gia đình Sài Gòn, nhà ai cũng có người ở hai bờ chiến tuyến. Gia đình bên họ ngoại của Bình có người làm chức khá lớn trong chính quyền mới, cuối cùng mẹ con anh được cứu xét, dạt lại về Sài Gòn, xác xơ. Tôi không biết ba Bình mang cấp bậc gì trong quân đội Sài Gòn cũ và mức độ tiếp thu ở trại của ông nhanh hay mau, ông học tập cải tạo được tám năm thì được về. Trong tám năm đó mẹ con anh là những người nghèo nhất xóm tôi, kể cả sau khi ba anh về thì họ cũng là những người nghèo nhất, mãi cho đến khi họ đi định cư ở Mỹ, theo diện HO của chính phủ Mỹ.

Xe taxi đã đến khách sạn tôi ở. Người tài xế yêu cầu rõ ràng tôi cần đưa cho anh thêm ít nhất là mười phần trăm tiền *tip* khi thấy tôi ngờ ngệch đưa đúng số tiền ghi trên đồng hồ. Đã có vài đồng nghiệp trong công ty tôi từng đi công tác ở Mỹ báo cho tôi biết chuyện này. Tôi cũng đã dần bóp mấy đồng đô la lẻ để *tip* nhưng tôi đang miên man trong ký ức với Bình Bảnh nên quên mất.

Tôi *tip* cho anh taxi đúng mười phần trăm, dường như anh không hài lòng. Thật ra không phải dường như mà rõ ràng là anh không hài lòng. Mặt anh "một đống", anh mở cốp xe, đặt valise của tôi xuống vỉa hè rồi quày quả bỏ đi. Văn hóa *tip* của Mỹ được người Mỹ thừa nhận từ lâu, nhưng với người lần đầu đi Mỹ như tôi, tôi thấy xót xa cho món tiền phải trả thêm này. Những đồng nghiệp từng đi Mỹ cũng đã khuyến cáo tôi, công ty không hoàn tiền lại cho khoản *tip* khi đi công tác về. Những giao dịch khi đi công tác có hóa đơn sẽ được công ty hoàn lại, nhưng *tip* được xem là hành động cá nhân, dù cũng được ghi rạch rời trên hóa đơn. Nhưng không *tip* không được, người Mỹ sẽ nhìn mình như quái vật. *Tip* là hành động bình thường để đo chất lượng phục vụ ở Mỹ. Trong khi ở châu Âu, giờ ít ai cho tiền *tip*, chất lượng phục vụ ở cựu lục địa vì thế cũng rất kém. Hôm nay tôi có một bài học về *tip* quá hay ho.

Tôi lại nhớ Bình Bảnh khi hồi nhỏ anh hay nói "Anh *pour boire* cho bé An" mỗi khi mẹ tôi sai đem qua tặng gia đình anh một tô chè hay một dĩa xôi. Thời đó không biết sao con nít xóm tôi ai cũng học tiếng Pháp, *pour boire* là tiền cho uống nước, tức là tiền *tip* trong tiếng Anh. Bình đã *tip* cho tôi bằng cách ôm lấy khuôn mặt tôi rồi hít hà vào hai bên má. Đó là một kiểu hôn rất tình cảm của người Sài Gòn. Người hôn thật sự hít lấy mùi hương trên làn da của người được hôn. Mũi và môi đều chạm sát mặt. Bình cứ *tip* cho tôi hồn nhiên như thế trong suốt bao năm thơ ấu, cho đến khi tôi đến tuổi dậy thì, anh tự động tạo khoảng cách và không còn hôn tôi như trước nữa. Nhưng những nụ hôn thời thơ bé đã đủ làm tôi mê mệt anh rồi.

Tôi còn nhớ Bình có một mùi hương ngộ ngộ của xà bông đá, vừa thơm vừa nồng. Thời đó không có xà bông dạng lỏng theo kiểu dầu gội hay sữa tắm như bây giờ. Sang lắm thì người ta gội đầu bằng xà bông thơm. Nếu có thân nhân ở nước ngoài gởi xà bông thơm hiệu Lux, Fa, Zest... thì tốt, không thì xà bông

Việt Nam hiệu Cô Ba cũng đỡ ghiền. Như gia đình tôi thì được xài xà bông thơm ngoại quốc để gội đầu vì chúng tôi có ông bà nội và cô chú bên Đức gởi về. Còn gia đình Bình đông con lại ít thân nhân ở nước ngoài nên chỉ xài xà bông đá để tắm gội. Xà bông đá là loại xà bông hình vuông vức, cứng như đá và có hương rất nồng, người ta dùng để rửa chén hoặc giặt đồ. Xà bông đá trên người Bình trở nên một mùi hương đối với riêng tôi là cực kỳ cuốn hút.

Tôi làm thủ tục nhận phòng, lên lầu cất hành lý rồi lật đật thay đồ gọn nhẹ đi dạo phố. Tôi phải tranh thủ lúc New York còn nắng, thành phố còn được mặt trời chiếu sáng để nhìn ngắm khu trung tâm. Khi đêm sụp xuống tôi phải nhanh chân chạy về khách sạn. Người hải quan đã dặn không được ra đường quá khuya, nhưng tánh tôi luôn lo xa, chỉ cần New York lên đèn là tôi phải quay về liền.

Tôi chỉ bước vài bước là ra đến Fifth Avenue, đại lộ số 5. Đây là con đường huyết mạch dẫn tôi đi thẳng đến trung tâm thành phố và quảng trường Times Square. Buổi chiều vàng nắng thật tuyệt để đi dạo, người dân New York thủng thẳng nhẹ nhàng, tôi hơi ngạc nhiên vì thấy tốc độ đi lại của họ xem ra nhàn tản hơn dân châu Âu. Đi ngang một quán ăn với mùi pizza bay ra thơm lừng, tôi quyết định vào ăn thử vì bụng đói cồn cào quá rồi.

– Tôi muốn mua pizza này – Tôi chỉ tay vào cái pizza to như cái sàn gạo – Tôi muốn mua một góc.

– Pizza, ba la, ba la – Người bán là một thiếu niên da đen nói gì tôi không hiểu – Ba la ba la ba la...

– Xin lỗi? – Tôi ú ớ – Pizza này nè, tôi muốn mua một góc, bao nhiêu tiền?

– Pizza, ba la, ba la, ba la...

Thiếu niên da đen có khuôn mặt dễ thương, khi nói chuyện lộ rõ hai lúm đồng tiền. Tiếc là tôi đang bấn loạn không hiểu cậu đang nói gì. Không lẽ tiếng Anh của tôi tệ đến mức chỉ để mua pizza mà cũng không xong.

– Nè! Em ơi! Em!

– Dạ... – Tôi ngơ ngác quay lại sau lưng và chợt nhận ra ai đó gọi mình bằng tiếng Việt – Chị...

– Trời! Bé An – Người phụ nữ Việt Nam chừng trên bốn mươi mừng rỡ – Nhớ chị không? Chị Hương nè, Hương hồi đó ở sát nhà em đó! Nhớ chưa?

– Trời! Chị "Hương qua đèo"! – Tôi gần như hét lên – Lâu quá rồi!

Với sự trợ giúp của chị Hương, cuối cùng tôi cũng mua được góc pizza to 'vật vã'. Chị cho biết không phải ai ở Mỹ cũng nói giỏi tiếng Anh, đây là vùng đất của rất nhiều di dân, vừa rồi cả cậu da đen và tôi đều thuộc loại không quen nghe tiếng Anh nên cả hai đều không hiểu gì. Cậu da đen đó chắc chắn mới từ một nước châu Phi nào mới sang. Chị níu tay tôi như sợ vuột mất cô em hàng xóm cũ, hai chị em líu ríu đi ra phố. Nhà chị Hương nằm sát nhà tôi ở khu Tân Định, gia đình chị ở đó từ lúc Sài Gòn mới giải phóng mãi cho đến lúc tôi là sinh viên đại học. Ba mẹ chị là cán bộ nhà nước, người gốc Bến Tre, từng là du kích trong chiến tranh, nghe nói chiến đấu anh dũng lắm. Họ được cấp nhà xóm tôi vì gia đình người chủ cũ vượt biên đóng cửa đi mất.

Chị Hương lớn hơn tôi đến năm tuổi nhưng tính hiền lành, có phần hơi khờ nên chị thường chơi chung với tôi chứ không có bạn ngang tuổi. Con nít xóm tôi gọi chị là "Hương qua đèo", heo qua đường, vì nhà chị nuôi heo. Chị chả giận ai bao giờ dù mọi người có gọi to "Ê, heo qua đường, ngày mai đi coi phim chung không mậy?" Hồi nhỏ chị hay sang nhà tôi nhờ ba tôi giảng bài tiếng Pháp dùm. Chị học rất yếu, cuối cùng thi tốt nghiệp Phổ thông Cơ sở, tức là thi hết cấp hai mà còn không đậu. Thời đó không có trường Công lập hay học hệ B, chị Hương đành nghỉ học văn hóa, chuyển sang học nghề may rồi đi làm ở hợp tác xã may mặc gì đó. Sau đó gia đình chị Hương được nhà nước cho hóa giá (tức là bán rẻ lại với cái giá tượng trưng) căn nhà ở khu Tân Định, họ bán nhà lại với cái giá thị trường rồi dọn về Gò Vấp ở, dư ra một khoản cho ba mẹ chị dưỡng già. Xa xôi quá, chúng tôi không liên lạc với nhau nữa. Sau này tôi nghe nói chị đã lấy chồng Việt kiều, đi theo chồng sang Mỹ rồi.

Không hiểu một người xuất thân trong gia đình cách mạng gộc như chị vì lẽ gì lại lấy chồng Việt kiều Mỹ, ba chồng chị ngày trẻ cũng là sĩ quan quân đội Việt Nam Cộng hòa. Tôi từng thắc mắc và nay gặp chị tình cờ tại New York cũng không tiện hỏi. Hai chị em chỉ hỏi thăm sức khỏe những người quen và cập nhật tình hình hiện tại, cố gắng tôn trọng đời sống cá nhân của người khác.

– Bé An chưa lập gia đình nữa hả? – Chị Hương hỏi nhanh rồi chuyển đề tài – Xóm mình giờ chắc toàn người lạ thôi em há. Người cũ đi hết rồi.

– Dạ, đi hết rồi chị ơi – Tôi nén tò mò hỏi dò một câu – Chị và ông xã vẫn sống tốt?

– Ờ ờ! – Chị Hương thản nhiên – Chị li dị người chồng đầu, giờ ở với ông chồng sau người Mễ.

– À há! – Tôi cố không há hốc miệng – Vui không chị?

– Vui, vui em – Chị Hương cười cười – Gặp lại em chị vui quá!

Tôi không nghĩ sau bao nhiêu năm, chị Hương qua đèo vẫn khờ như hồi nhỏ đến mức không hiểu tôi đang hỏi vợ chồng chị sống với nhau có vui không. Có thể chị giả khờ, lái câu trả lời sang hướng khác.

– Hồi trước chị sống bên tiểu bang California –

Chị Hương vụt có khuôn mặt bớt khờ hơn – Giờ chị chuyển qua bên đây rồi. Nhờ vậy mà gặp được bé An.

– Gặp chị ở New York quả là một bất ngờ lớn – Tôi thật lòng – Chị có liên lạc với mấy anh chị khác trong xóm mình không?

– Chị có gặp lại thằng Cu Quẹo ở bên Cali – Chị Hương hào hứng – Chị cũng có liên lạc với thằng Cu Síp và chị nó là con Oanh, chị em nó giờ ở Đan Mạch đó!

– Cu Síp! – Tôi hét lên – Giờ ảnh hết ghẻ chưa? Sao hồi đó xóm mình không gọi ảnh là... Cu Ghẻ hả?

– Ghê quá! Ghẻ đâu mà ghẻ con nhỏ này – Chị Hương cười nắc nẻ – Giờ nó ngon lắm nhe.

– À, anh Cu Dập thì hiện đang ở Hà Lan – Tôi bổ sung thêm – Có lần em đi công tác bên đó tình cờ gặp lại em của Cu Dập là con Hà Sún đó.

– Xóm nhà mình nhiều Cu thiệt – Chị Hương chùi nước mắt vì cười nhiều – Ờ, còn thằng Cu Nhọn hình vẫn còn sống ở Sài Gòn thì phải.

Anh Cu Quẹo không biết có bị quẹo thiệt không, tên cúng cơm là gì tôi cũng không biết nữa. Anh Cu Síp thì tên là Quân nhưng hồi nhỏ bị mẹ bắt mặc quần xì-líp (slip) làm cả xóm xúm vô chọc là Cu Xì-líp, đọc trại thành Cu Síp. Thời đó hầu như con trai tới tuổi teen còn chưa có quần lót để mặc, Cu Síp con nhà sang trọng nên bị mẹ bắt mặc quần lót sớm, vô tình làm đề tài cho những đứa con nít khác chọc quê. Cu Dập tên thật là Phương thì phải, một lần đua xe đạp bị té một cú quá mạng, mọi người nghi là anh bị dập "hàng" rồi. Từ đó không ai gọi tên thật của anh nữa ngoài ba mẹ ruột của anh. Sau này tôi được biết anh có vợ, sinh con tới ba đứa. Hú hồn!

– Cu Nhọn thì chắc vẫn sống ở Sài Gòn nhưng em không biết ở đâu, cũng nghe nói ảnh đi du học rồi ở luôn một nước châu Âu nào đó – Tôi bồi hồi – Mà sao ảnh bị gọi là Cu Nhọn vậy chị?

– Ừ, nghe mẹ nó kể hồi nhỏ nó hay ở truồng, con cu nhọn hoắc thật dễ thương – Chị Hương cười khì – Xóm mình hồi đó vui quá! À, chị cũng có gặp Bình Bảnh!

– Hả?

Tôi loạng choạng suýt té phải níu chặt tay chị Hương. Mùi xà bông đá từ chàng lãng tử Alain Delon của tôi đột nhiên rõ rệt đến mức choáng váng cả người.

Chương 4

Một mối hận tình

New York đã lên đèn, nhiệt độ xuống thấp hơn. Hai chị em chúng tôi vào một quán Mc Donald ngồi nghỉ chân. Chị Hương cố nài tôi vào một nhà hàng tử tế hơn nhưng tôi quyết liệt từ chối. Chúng tôi chỉ cần một chỗ ngồi để tiếp tục trò chuyện về một vùng trời thơ ấu của mình.

Trong số những gia đình cán bộ được phân nhà ở xóm tôi, gia đình chị Hương là dễ thương và thân tình nhất. Những gia đình cán bộ đều là người miền Nam, như gia đình chị Hương. Cũng có người từng đi tập kết ra Bắc, lấy vợ gốc Bắc rồi quay lại miền Nam. Không chỉ được nhà nước cấp nhà, họ còn được nhà nước bố trí công ăn việc làm với những chức danh to tát. Mặc dù làm cán bộ cao cấp, được đi Liên Xô công tác như đi chợ, những cô chú đó hoàn toàn thân thiện với những hộ Sài Gòn gốc như gia đình tôi.

– Em còn nhớ thời đó mới bốn giờ chiều là mọi người tan sở làm – Tôi hồi tưởng – Ba chị hay vác đống củi ra đường bổ, chú Hội có cây rìu to tổ bố luôn.

– Còn mẹ chị thì lo tắm bầy heo trong bếp, chị cho mấy chục con gà ăn ngoài sân – Chị Hương cười ngất – Hồi đó mấy gia đình cán bộ như nhà chị nuôi heo, nuôi gà để tăng gia sản xuất. Còn những gia đình gốc Sài Gòn trong xóm thì chê tụi chị là dơ bẩn, quê mùa, dám lấy những cái sân, cái bếp thật đẹp và sang trọng để cải tạo lại làm chuồng gà và chuồng heo. Chị cũng mặc cảm với bạn bè trong xóm lắm. Mọi người còn gọi chị là "Hương qua đèo", heo qua đường. Vui gì đâu, hi hi hi...

Chị Hương lại tiếp tục cười. Tôi chột dạ. Thì ra ngày nhỏ chị không hoàn toàn khờ như tôi tưởng, chị cũng biết quê vì gia đình phải nuôi heo. Thời đó cán bộ cao cấp cũng phải tăng gia sản xuất. Dù sống giữa những căn nhà sang trọng của người Sài Gòn, họ vẫn hốt phân gà và tắm cho heo.

– Trời, hồi đó nhà em chịu đựng mùi phân gà ở sân trước, mùi phân heo ở sân sau từ nhà chị bay qua muốn chết – Tôi cũng cười ngất.

– Ủa vậy hồi đó mấy gia đình Sài Gòn gốc như nhà em và nhà Bình Bảnh không nuôi gà và nuôi heo thì lấy gì sống ta? – Chị Hương nhíu mày thắc mắc – Hồi đó ai cũng khổ chết cha.

– Em nhớ rồi, nhà em thì bán dần dần đồ đạc trong nhà. Bán tủ, giường, bàn, ghế, xe đạp, quần áo cũ, giày dép cũ, sách cũ... – Tôi thở hắt ra – Em nhớ mỗi lần bán món đồ nào cô Út em cũng khóc hết. Tội nghiệp lắm!

– Còn gia đình Bình Bảnh làm gì ra tiền?

– Em không biết – Tôi ngạc nhiên trước cái giọng rất quan tâm của chị Hương – Em nhớ mẹ ảnh vay mượn tứ tung, nhờ bà con họ mạc mỗi người giúp một chút, mấy người chị của ảnh cũng đan móc, thêu thùa gì đó. Mấy người anh thì dạy đàn guitar.

– Bình đẹp trai em há! – Chị Hương đột ngột thốt lên – Học giỏi nữa.

– Lúc nãy chị nói từng gặp lại anh Bình...

Tôi cũng không kiềm được lòng, hỏi thẳng ra, máu nóng chạy rần rật lên mặt. Chị Hương không mấy quan tâm đến khuôn mặt mắc cỡ đỏ rực của tôi, chị cúi xuống nhìn chăm chú vào một điểm nào đó. Và lần đầu tiên trong đời, tôi chợt nhận ra chị Hương rất đẹp. Có thể vì cùng lớn lên trong một xóm, lại trong thời kỳ áo không đủ ấm cơm không đủ no, nhan sắc của chị chẳng được ai trầm trồ. Cũng có thể vì thời đó chị trông quê mùa, dính với hình ảnh "heo qua đường", không biết làm duyên làm dáng, nhìn chị khá tự ti.

– Ừ, chị gặp lại Bình bên Mỹ này nè – Chị Hương vẫn nhìn chăm chú vào một điểm mơ hồ nào đó – Lâu rồi, chắc cũng mười năm hơn rồi.

– Ở đâu, New York hả? – Tôi háo hức – Trước khi đi Mỹ ảnh có qua tạm biệt nhà em, ảnh nói sẽ ở New York. Em không nhớ là bang New York hay là thành phố New York. Cô Hằng mẹ ảnh có viết thư về cho mẹ em vài lần lúc mới qua, rồi thôi... Lâu quá rồi, gần hai chục năm, mất liên lạc luôn...

– Lúc gia đình Bình đi Mỹ chị vẫn còn ở chung xóm ở Tân Định mà – Chị Hương ngước lên nhìn tôi – Bình thân với gia đình em nên còn qua chào. Chứ Bình có thèm tạm biệt chị tiếng nào đâu. Lúc xe hơi đến đón nhà Bình lên phi trường, cả xóm mình đều ra tạm biệt. Chị đứng trên lầu, nhìn xuống thấy cảnh đó. Chị rất muốn chạy xuống, cùng mọi người đến nói những lời chúc tốt đẹp cho cuộc sống mới của Bình. Thậm chí chị còn muốn cùng một vài bạn trong xóm đạp xe ra phi trường tiến đưa.

– Vậy sao chị không làm? – Tôi ngạc nhiên – Em thì mắc đi học, không đi tiễn được, với lại buổi tối trước ngày anh Bình đi, em có... tạm biệt rồi.

– Bình có thèm quan tâm gì đến chị mà chị đòi đi tiễn chứ! – Chị Hương liếc tôi – Em khờ thấy sợ!

Tôi ngớ người. Trong lúc tôi luôn nghĩ chị Hương khờ khạo, chị cũng nghĩ tôi chẳng thông minh gì. Vậy là hồi đó chị thích Bình Bảnh mà không ai biết. Hoặc có biết thì cũng chẳng ai quan tâm. Bình quá bảnh, lại học giỏi, bao nhiêu người thích. Tôi nín thở, không dám hở ra cho chị Hương biết mình cũng thích Bình.

– Bình là bạn học cùng lớp với chị, từ lúc học cấp một trường Trần Khánh Dư cho đến khi lên cấp hai trường Văn Lang. Cùng nhau đi bộ đến trường, cùng thầy, cùng bạn, cùng những kỳ thi... – Chị Hương lại nhìn chăm chú vào một nơi xa xăm nào đó – Bình nổi bật bao nhiêu, chị mờ nhạt bấy nhiêu.

– Em không nhớ chị và anh Bình cùng tuổi, cùng học chung lớp – Tôi thốt lên – Đúng là em không thấy anh Bình với chị chơi chung, em chưa từng thấy hai người nói chuyện với nhau.

– Bình sáng sủa thông minh bao nhiêu thì chị chậm chạp khù khờ bấy nhiêu. Bình đứng nhất lớp, Hương đội sổ – Chị Hương cười phá lên, mắt ướt nhòe – Sao Bình thèm nói chuyện với chị chứ!

– Chị nói quá! – Tôi cố an ủi – Con nít đâu có để ý mấy cái chuyện học giỏi hay dở. Chắc tại anh Bình là con trai nên vô tâm thôi.

– Rồi chị thi chuyển cấp rớt, không được học cấp ba, còn Bình được đạp xe đi học trường Lê Quý Đôn. Rồi Bình lên đại học. Ở cùng một xóm, nhiều lúc chạm mặt nhau ngoài đường, chị gật đầu chào mà Bình còn ngó lơ. Chị giận Bình lắm – Chị Hương khóc nấc – Hận thì đúng hơn...

Tôi thở hắt ra, không biết phải nói gì. Tôi nhìn những giọt nước mắt tuôi trào và dáng vẻ đau khổ của chị Hương mà lòng đầy thương cảm. Có ai ngờ, bao nhiêu năm đã qua, một người phụ nữ trên bốn mươi, đã có hai đời chồng như chị Hương lại còn nuôi trong lòng nỗi tủi hận một anh bạn hàng xóm thời xa xôi đến như vậy.

– Chị mê anh Bình đến mức hận dai vậy hả – Tôi cười giả lả cố làm không khí bớt ngột ngạt – Anh Bình đẹp trai thiệt, nhưng bất quá thì đẹp nhất xóm mình thôi. Chứ bên Mỹ này thiếu gì người đẹp trai. Việc quái gì chị hận chi cho mệt! Mà tại sao hận? Ảnh có quyền không thích chị, chứ nếu ảnh hứa hẹn làm chị hy vọng hay giở trò đồi bại gì với chị thì chị mới hận chứ!

– Chị hận vì Bình coi thường chị – Chị Hương chùi nước mắt – Chị hận vì Bình căm ghét lý lịch của chị, vì chị là con của cán bộ, vì hai gia đình ở hai bờ chiến tuyến.

– Sao nặng nề vậy, đem chính trị vô đây chi? – Tôi hốt hoảng – Bình tĩnh chị. Anh Bình không phải vậy đâu. Ảnh tỏ thấy mồ...

– Em khờ lắm! – Chị Hương nói toẹt vào mặt tôi – Ngu thì đúng hơn! Cả xóm mình hồi đó ai cũng nói em ngu si chả biết gì!

Tôi ngồi im như tượng, thì ra từ hồi đó đến giờ tôi bị xem là ngu mà cứ tưởng mình khôn. Quả thật trong cái đám con nít đó, tôi nhỏ tuổi nhất, ngu ngơ nhất. Nhưng ngu si thì hơi quá! Chị Hương đang trong trạng thái xúc động, thật ra là rất tức giận, tôi nghĩ mình nên khôn ngoan ngồi im đừng nói gì.

– Em là đứa con nít, em biết không? – Chị Hương hỏi mà không cần trả lời – Em biết gì chứ! Chị lớn hơn em đến năm tuổi mà. Em tưởng chị ngu hả?

– Chị Hương – Tôi cố phản biện – Hồi đó em con nít thiệt, nhưng bây giờ em cũng ba mươi mấy gần bốn mươi tuổi rồi. Còn chị thì lớn hơn em năm tuổi. Hai chị em mình đều không còn con nít nữa. Mình bình tĩnh nói chuyện nhe chị.

Chị Hương quay lại nhìn tôi. Ánh mắt nửa tức giận nửa dịu dàng, nửa sắc sảo nửa khờ khạo. Trong phút giây bắt gặp ánh mắt đó, tôi thấy gai người, mơ hồ cảm nhận chị có vấn đề về thần kinh hoặc ít ra cũng bị "tửng tửng". Tôi từng này tuổi mà chưa lấy chồng, nhiều lúc cũng tự biết mình "không bình thường". Xem ra nãy giờ hai chị em chúng tôi đang có một cuộc trò chuyện kỳ quặc, nếu người thứ ba nghe được chắc chắn cho là một trong hai người, hoặc cả hai đều có vấn đề về thần kinh.

– Bình ám chị bao nhiêu năm qua! – Chị Hương thở hắt – Chị đã đi tư vấn về tâm lý trị liệu để có thể quên được Bình.

– Đến mức đó lận hả? – Tôi chau mày – Rồi quên được không?

– Sao quên được! – Chị Hương sờ trán – Em có biết hồi đó chị lấy Việt kiều chỉ để được đi Mỹ gặp Bình không? Chị muốn một ngày nào đó gặp lại Bình. Vì chắc chắn là gia đình Bình hận những gia đình cán bộ lắm, không chịu quay về Việt Nam chơi đâu...

Tôi im lặng. Khi tôi được sinh ra, Sài Gòn thật sự vừa trải qua một thay đổi lớn kéo theo bao nhiêu biến cố của mọi gia đình. Tôi hồn nhiên lớn lên, hồn nhiên sống một cuộc sống đầy khó khăn và thiếu thốn. Tôi không có sự so sánh. Trong đầu tôi không có khái niệm phe thua cuộc hay phe thắng cuộc, tôi hoàn toàn không ý thức được những người hàng xóm đến từ hai chiến tuyến như gia đình Bình và gia đình chị Hương sẽ nhìn nhau thế nào. Có thể với cái nhìn của tôi, ba mẹ chị Hương thật thân thiện và bình dị. Nhưng với cái nhìn từ gia đình gốc sĩ quan quân đội Việt Nam Cộng hòa của Bình, những người hàng xóm cán bộ đó chính là kẻ thù.

Chị Hương đều giọng kể, Bình bị anh chị trong nhà và cả ba mẹ của mình gieo vào đầu những ác cảm dành cho cán bộ. Ngày 30 tháng Tư ba mẹ chị hạnh phúc bao nhiêu thì đó là ngày bất hạnh nhất của gia đình Bình. Tôi chợt nhớ năm tôi mười tuổi, Sài Gòn kỷ niệm lễ 30 tháng Tư rất long trọng. Con nít xóm tôi được các chị phụ trách Đội bắt đi sinh hoạt khu phố mỗi tối. Chúng tôi ra rả tập hát bài "Thành phố mười mùa hoa". Đó là bài hát "hit" thời đó. Mấy anh chị em của Bình cự tuyệt không tham gia văn nghệ vì bài nào cũng ca ngợi Đảng và Bác Hồ hết. Tình hình trở nên "nóng" nhất là vào đúng ngày 30 tháng Tư, cả xóm ai cũng treo cờ căng thì nhà của Bình treo cờ rũ. Bác tổ trưởng tổ dân phố là một cán bộ về hưu, bác đã kiểm điểm phê bình gia đình Bình trong cuộc họp tổ dân phố rất gay gắt. Mẹ tôi đi họp về mặt xanh lè, kể đứt hơi lời mẹ của Bình phát biểu "Ngày ba mươi tháng Tư đối với mấy người là ngày vui, thì với gia đình tôi là ngày tang tóc. Anh trai tôi bị bắn chết, chồng tôi bị bắt đi học tập cải tạo, gia đình tôi bị bắt đi kinh tế mới, khổ sở thiếu điều tự tử. Mấy người có quyền vui, mấy người ca hát, mấy người treo cờ chiến thắng. Tôi đau khổ, tôi có quyền khóc, tôi treo cờ tang". Mẹ tôi lè lưỡi sợ hãi thì thầm "Chị Hằng chỉ gan quá."

– Hồi đó em nhỏ quá, không ý thức được là hàng xóm với nhau vẫn còn hận nhau vì từng khác chiến tuyến – Tôi thở hắt ra – Nhưng em vẫn còn nhớ mẹ anh Bình quyết liệt với những nội quy của phường khóm và tỏ thái độ chống đối ra mặt.

– Có thể Bình cũng chỉ là một đứa con nít, chẳng ý thức gì về chính trị – Chị Hương chống cằm tư lự – Nhưng Bình cũng nhận ra trước Giải phóng thì ăn trắng mặt trơn, đi học bằng xe hơi có tài xế riêng đưa đón, gia đình giàu có, ba mình thì quyền lực. Sau Giải phóng mọi thứ trong cuộc đời họ sụp đổ. Bình trở thành một đứa con nhà nghèo. Bình sống trong túng thiếu và được gia đình dạy phải căm thù. Làm sao Bình có thể thích một đứa con gái như chị? Mà chị thì có lỗi gì đâu, ba mẹ chị có lỗi gì đâu. Em thấy đó, lúc cả nước đều khổ, nhà Bình ăn bo bo thì nhà chị cũng bo bo. Nhà Bình xếp hàng đi mua gạo mốc toàn bông cỏ, thì nhà chị cũng phải ăn cơm mốc trộn bông cỏ. Ghét chị như vậy thật bất công!

– Vậy thì mắc gì chị thích ảnh? – Tôi buột miệng – Hai gia đình đã không thể thân thiện, chị chưa từng vô nhà ảnh chơi, ảnh chưa từng cho chị mượn tập dù học chung lớp. Vậy chị thích ảnh làm gì? Không lẽ chỉ vì ảnh đẹp trai và học giỏi?

– Cái mối tình đơn phương thời con nít đó... – Chị Hương vân vê tóc – Chị ước gì mình có thể quên. Chị tốn biết bao nhiêu tiền đi tâm lý trị liệu cũng vô ích. Họ nói vì chị mang mặc cảm nặng nề quá. Chứ nếu chỉ là tình yêu thuần túy, chị đã có thể quên lâu rồi.

– Rồi chị nói đã từng gặp lại Bình ở Mỹ – Tôi nôn nóng nhắc – Ở đâu? Khi nào? Hai người đã nói gì?

– Chả nói gì hết! – Chị Hương nhắm mắt lại mệt mỏi – Thà là đừng gặp lại còn hơn, vậy mà trong suốt bao nhiêu năm, chị cứ tưởng tượng trong đầu cảnh gặp lại...

Tôi cắn môi, thấy rõ là chị Hương buồn thê thảm. Tôi cũng luôn tưởng tượng nếu mình gặp lại Bình thì sao. Tôi hy vọng anh vẫn còn nhớ mặt tôi và chúng tôi sẽ chạy lại với nhau xúc động nghẹn ngào. Rồi chúng tôi sẽ nhắc chuyện ngày xưa, chuyện xóm nhỏ của chúng tôi, con đường Trần Quý Khoách, trường học Văn Lang, rạp Văn Hoa, những con rệp, Alain Đờ-Lông và Alain Đờ-Không-Lông...

– Lần đó chị đi chơi thác Niagara với mấy người bạn gái – Chị Hương đều giọng kể – Chị lên tàu để được chở ra lòng thác, xem thác nước hùng vĩ đổ ụp xuống thuyền. Chợt chị nhìn thấy Bình, chính là Bình, đang cười nói với một nhóm người. Họ nói chuyện bằng tiếng Việt và tất cả là người Việt. Họ lên tàu sau chị một chút. Chị định thần rồi chen dòng người, trở ngược về phía Bình. Thế rồi Bình chợt nhìn thấy chị. Cả hai nhìn thẳng vào mắt nhau trong một khoảnh khắc nào đó. Chị mỉm cười, Bình cũng mỉm cười. Chị gật đầu chào, Bình cũng gật đầu lại. Chị tiến đến gần hơn, rất gần, gần đến mức chị có thể nói "Bình cũng đi thác Niagara hả?" hay một câu gì đó để bắt đầu cho một cuộc hội ngộ. Thế rồi đột nhiên Bình xoay ngang người, bỏ đi, kéo theo nhóm bạn của mình. Họ chen lên tầng trên.

– Rồi sao nữa? – Tôi nóng ruột trước giọng kể lề mề của chị – Tóm lại đi, là sao?

– Chị định thần lại rồi cũng theo họ chen lên tầng trên – Chị Hương thở một hơi thật dài rồi kể tiếp – Chị chen đến sát trước mặt Bình. Bình lại nhìn thẳng vào mắt chị một lần nữa. Rồi lại mỉm cười, rồi lại một cái gật đầu nhẹ như chào.

– Chào hoài vậy, sao không ai nói gì đi? – Tôi bắt đầu khó chịu – Chị thần kinh hay sao đó!

– Chị có kịp nói gì đâu – Chị Hương cũng lớn giọng nạt lại tôi – Bình lại xoay người chen ra lan can tàu và từ giây phút đó Bình chỉ chăm chú ngắm con thác Niagara hùng vĩ thôi. Chị đứng sau lưng Bình, nhìn ngắm cái dáng người cao ráo đến ngạo mạn đó suốt hai mươi phút tàu chạy xuống lòng thác. Bụi nước tung mù mịt vào mặt chị, xung quanh mọi người trầm trồ và phấn khích. Chị chết đứng ở đó, cứ nhìn chăm chú vào phía sau lưng Bình. Lẽ nào Bình không nhận ra chị? Lẽ nào Bình đã nhận ra mà tiếc gì không cất lên một lời chào hỏi? Lẽ nào Bình không thể chào vì chẳng nhớ nổi tên người bạn hàng xóm cũ?

– Tóm lại là sao? – Tôi đứng dậy lấy túi – Trễ rồi chắc em quay lại khách sạn đây. Mai em còn đi sớm.

– Tóm lại là thế đó! – Chị Hương cũng đứng dậy – Tàu cập bến, mọi người chen nhau xuống tàu. Chị vẫn đi theo Bình tần ngần. Nhưng Bình không quay lại nhìn chị một lần nào nữa dù chắc chắn Bình vẫn ý thức được chị đang đi kế bên. Những người bạn của chị sau đó nói rằng họ quan sát thấy Bình nhìn chị bằng một ánh mắt chứng tỏ Bình biết chị là ai. Bình ngạo mạn và khinh thường chị đến thế là cùng.

Tôi ngồi phịch trở xuống chiếc ghế mình vừa đứng lên. Sẽ ra sao nếu tình cờ gặp lại nhau, Bình cũng đối xử với tôi như với chị Hương?

Chương 5

Sài Gòn bồng bềnh trôi

Tôi thức dậy lúc ba giờ sáng, thoạt không nhớ mình đang ở đâu. Trong căn phòng khách sạn giữa trung tâm New York, tôi thấy mình vô cùng đơn độc. Cảm giác cô đơn đối với tôi là "xa xỉ" vì tôi thường xuyên đi công tác xa và ở khách sạn một mình. Thật lạ, lần này tôi thấy lòng buồn bực, phiền muộn và nhiều bất an.

Trên bàn còn bày hai miếng pizza to khủng khiếp

và một ly Coca cũng lớn khủng khiếp tôi mua từ chiều. Lúc tối chia tay chị Hương ở Times Square rồi đi bộ về lại khách sạn, đột nhiên tôi buồn ngủ và mệt đến mức chỉ kịp cởi giày rồi gục ngay xuống giường. Tôi đã trải qua hai mươi bốn tiếng chưa ngủ do lệch múi giờ và đồng hồ sinh học bị xáo trộn. Giờ giữa đêm khuya tôi lại đột ngột thức giấc với cái bụng đói sôi réo dữ dội.

Pizza ở New York quả thật rất ngon, dù tôi đang ăn những miếng pizza nguội lạnh, phô mai đã đông cứng còn vỏ bánh thì mềm oặt. Cũng có thể tôi đang rất đói hoặc tôi đang rất chăm chú vừa ăn vừa lắng nghe dịch vị tiết ra. Tôi tận hưởng từng miếng bánh nhỏ tan ra trên lưỡi, vị mặn của xúc xích hòa với vị cà chua và hương phô mai ngầy ngậy. Đã lâu lắm rồi cuộc sống bận rộn không cho phép tôi có một bữa ăn thật sự cho ra ăn. Lúc nào tôi cũng vừa ăn vừa làm gì đó hoặc vừa ăn vừa nói với ai đó. Buổi trưa thường nếu không có *business lunch* thì tôi cũng hẹn gặp mặt bạn bè. Tranh thủ vừa ăn trưa vừa nói chuyện. Nhiều lúc tối về mẹ tôi hỏi trưa nay con ăn gì tôi cũng không nhớ được vì dường như ăn trưa chỉ là một thói quen lấp đầy bao tử, tuyệt không là một nhu cầu được thưởng thức một món ăn. Tối về tôi thường ngồi ăn một mình vì đã trễ, mọi người trong nhà ai cũng ăn xong từ lâu. Ăn một mình tôi cũng tranh thủ xem tivi hoặc lật các tạp chí đọc qua quýt. Ba tôi luôn không đồng tình với cách ăn uống "không chánh niệm" của tôi, ăn mà không ý thức mình đang ăn, ăn mà không thật sự tận hưởng món ăn. "Ăn như con, cuộc sống thật sự đã mất đi một trong những khoái cảm lớn nhất của con người". Tôi thở dài, đâu chỉ có khoái cảm ăn uống, cuộc sống độc thân của tôi còn loại khoái cảm khác tôi không được hưởng.

Tôi ăn đến gần hết miếng pizza thứ hai thì phát hiện mình thật sự rất no. Pizza ở New York chắc phải được nướng trong một cái lò vĩ đại vì kích thước cũng phải to bằng cái lồng bàn. Chỉ một góc nhỏ một phần mười sáu được cắt ra từ cái pizza lớn đó đủ làm người ta no như một cái pizza nhỏ thường thấy ở Sài Gòn. Tôi chợt nhớ chưa báo tin về nhà nên mở laptop gởi một e-mail ngắn về cho ba mẹ nói mình đã đến nơi an toàn. Ba mươi mấy gần bốn mươi tuổi đầu, đi công tác như đi chợ mà ba mẹ tôi vẫn giữ thói quen kiểm soát tôi như thế. Đi đâu, làm gì, chừng nào đi, chừng nào về, tôi đều phải cập nhật cho các bậc phụ huynh biết. Một lần đi công tác ở Singapore, vì quá bận rộn và lịch làm việc quá căng thẳng, tôi quên gọi điện cũng không e-mail về nhà. Mẹ tôi rầy la dữ, bắt tôi phải xin lỗi và hứa không tái phạm. Tôi bực quá cự lại "Sao ba mẹ cứ kiểm soát thời khóa biểu của con để làm gì? Con già rồi, đâu phải con nít. Tới chừng nào thì ba mẹ mới thôi đòi con phải báo cáo giờ giấc đây?". Mẹ tôi nhún vai rất giống đầm Parisienne nhưng lại phán một câu cổ hủ vô cùng *Annamite*: "Chừng nào con có chồng, ba mẹ sẽ không quan tâm đến con nữa, lúc đó có chồng lo cho con rồi! Còn bây giờ, vẫn sống chung nhà với ba mẹ, con đi đâu, làm gì, mấy giờ về, ba mẹ phải biết!!!". Chao ơi, cuộc đời của phụ nữ Việt Nam như tôi, lúc nào cũng phải có người quản lý mình.

"Ba mẹ thương,

Con đã đến New York bình yên. Thành phố này cũng đẹp tuy không bằng châu Âu. Con tình cờ gặp chị 'Hương qua đèo' trước ở sát nhà mình, trong một tiệm pizza. Chị Hương giờ nhìn đẹp ra nhưng hình như hơi tưng tửng. Chị kể cho con nhiều chuyện mắc cười. Ví dụ như chị từng yêu anh Bình Bảnh. Có gì về con kể sau. Nhớ ba mẹ nhiều.

Bé An"

Tôi đọc lại cái e-mail của mình, thở dài thấy giống một đứa trẻ mười hai tuổi lần đầu đi dự trại hè xa gia đình. Bé An, tới giờ ba mẹ tôi vẫn gọi tôi là bé. Tôi là con một, một cách bất đắc dĩ. Mẹ tôi từng muốn có tới bốn đứa con nhưng khi sinh tôi ra thì Sài Gòn mới trong gia đoạn sau Giải phóng, cuộc sống vất vả quá, nuôi con đầu lòng trầy trật vì thiếu thốn trăm bề nên mẹ tôi quyết định tạm dừng, chờ cuộc sống khá lên mới dám sinh tiếp. Sau 1996 khi có chính sách "Đổi mới", Việt Nam mở cửa, cuộc sống khá lên trông thấy nhưng mẹ tôi cũng qua tuổi sinh đẻ rồi. Thế nên tôi mãi mãi là "bé" và bao nhiêu tình thương của ba mẹ chỉ biết dồn cho tôi. Được yêu thương "ngộp thở" như vậy, tôi ra đường có thể là một người trưởng thành nhưng về nhà thì chỉ là một cô bé. Hàng xóm cũng gọi tôi là bé, mấy đứa trẻ hơn tôi gọi tôi là "chị Bé" hay "cô Bé". Chị Hương gặp lại tôi sau bao nhiêu năm cũng gọi tôi là bé. Và chắc chắn nếu Bình Bảnh tình cờ gặp lại tôi, anh cũng sẽ gọi to "Bé An! Bé An" như ngày nào.

Tình cờ, sao tôi lại có thể tình cờ gặp lại chị Hương giữa lòng New York như vậy? Trong khi tôi đang nhớ đến quay quắc Bình Bảnh của mình và thầm mong được gặp lại anh ở đây thì tôi lại gặp chị. Và tại sao lại là chị, cũng là hàng xóm cũ, cũng mê muội anh Bình? Ở đời có những phút giây tình cờ thật khó tin, tôi có đủ trải nghiệm để khẳng định rằng trên đời này không có chuyện gì là không thể. Trong những lúc bôn ba đi công tác ở nước ngoài, thỉnh thoảng tình cờ tôi cũng gặp lại người quen, thỉnh thoảng tôi cũng ngạc nhiên thốt lên "Trái đất tròn! Thế giới này nhỏ quá!" khi bất thần nhận ra trong mối quan hệ của mình hiện tại có liên quan đến những con người xa xưa. Nhưng gặp lại chị "Hương qua đèo" để rồi bị chị tra tấn chuyện yêu thầm Bình Bảnh tại New York là một câu chuyện tình cờ kỳ quặc.

Nếu đúng như lời chị Hương kể, tình yêu của chị dành cho anh Bình chắc chắn là dằn vặt và nhiều đau khổ hơn tình cảm tôi dành cho anh. Tôi thích Bình kiểu khác và anh cũng thích lại tôi theo một kiểu rất đặc biệt. Những tháng cuối cùng còn ở lại Việt Nam, Bình dành cho tôi một ánh mắt ấm áp và những lời dịu dàng kỳ lạ. Tôi cảm nhận được một tình cảm khác thường, trưởng thành hơn giữa những cô cậu hàng xóm trẻ con nhưng cũng bị kiềm chế ráo riết, khi cả hai đều biết rằng thời gian ở bên nhau là không còn nữa. Gia đình Bình và bản thân anh đã mong chờ chuyến đi từ rất lâu, họ hầu như không dám thực hiện bất kỳ kế hoạch nào dài hơi, dù là cho công việc hay tình cảm. Mấy anh chị của Bình không có mối quan hệ nào vượt lằn ranh tình bạn. Họ sợ gặp gỡ trai gái, sợ hẹn hò yêu đương, sợ phải đau khổ khi bỏ lại người yêu để ra đi mãi mãi. Cũng có thể vì lý do đó mà anh Bình dù đẹp trai và học rất giỏi, anh đã không có bạn gái dù đã hai mươi ba tuổi, vừa tốt nghiệp đại học.

Năm đó tôi mới mười tám tuổi trăng tròn, "đẹp như một bài thơ". Đó chính xác là một cụm từ do một anh Cu trong xóm tôi tả khi nhìn thấy tôi mặc áo dài trắng giờ tan học. Bài thơ đó tôi đọc xong cười ngất, thậm chí anh Cu nào sáng tác tôi cũng không nhớ, duy cụm từ tả nhan sắc "như một bài thơ" của tôi thì tôi nhớ rất rõ. Sài Gòn khi đó vừa phê duyệt cho nữ sinh cấp ba mặc áo dài trắng đến trường. Tôi được tả như một bài thơ chắc cũng nhờ áo dài. Mỗi khi tôi dắt xe ra khỏi cửa chuẩn bị đi học, các anh Cu và cả các anh không phải tên Cu mà mọi người trong xóm gọi đùa là "non-Cu" cứ thò đầu ra đường ngắm tôi trầm trồ lộ liễu. Và tôi biết trong đó có Bình.

Nếu như trong suốt thời thơ ấu Bình chỉ xem tôi như một con bé hàng xóm không hơn không kém, dù anh có nựng nịu che chở vì tôi vốn gầy yếu xanh xao, thì khi tôi trổ mã phổng phao, mặc áo dài lộ rõ những đường cong thiếu nữ, Bình đã nhìn tôi với đôi mắt khác. Nhiều người lớn trong xóm bình luận với mẹ tôi là, con gái trổ mã đẹp quá, ráng canh chừng cẩn thận. Một loạt các anh Cu như Cu Quẹo, Cu Síp, Cu Dập, Cu Nhọn đã vô cùng nổi giận lôi đình nếu tôi gọi họ là anh Cu gì đó mà phớt lờ tên thật.

Ơn Trời, tôi trổ mã về mặt cơ thể nhưng tâm hồn vẫn còn rất trong sáng. Tôi đón nhận những ánh mắt ngưỡng mộ của các anh vô cùng hồn nhiên. Nếu tôi biết rung động sớm rồi có người yêu sớm, chắc hẳn tôi không đậu được Đại học Y Dược và trở thành một manager sắc sảo trong công việc như ngày nay. Nhưng cũng vì quá trong sáng, tôi đã đợi khi Bình lên máy bay mới nhận ra tôi chịu đựng nỗi nhớ anh khổ sở hơn tôi tưởng. Dù nỗi nhớ đó có nhạt nhòa theo thời gian nhưng chỉ chờ có một cơ hội nào đó, Bình Bảnh lại khuấy động tâm hồn tôi một cách mạnh mẽ. Như khi tôi đến Mỹ và ý thức rằng Bình đang sinh sống trên đất nước này.

Đêm trước ngày Bình lên đường, anh mượn được của một người chú chiếc xe Dream cáu cạnh, một giấc mơ thật sự vào thời đó. Bình chẳng bao giờ muốn "giựt le" với tôi vì tôi quá hiểu gia đình anh vất vả ra sao. Anh dắt xe Dream sang trước cửa nhà tôi, đề nghị:

– Chú anh cho mượn xe một chút, Bé An muốn ra Sài Gòn chung với anh không?

– Đi bằng xe này hả? – Tôi hỏi, mắt sáng rỡ – Để em vô nhà xin mẹ em đã.

– Mẹ bé đang bên nhà anh kìa, đang chỉ mẹ anh làm bánh gì đó – Bình bật cười – Anh xin phép mẹ bé rồi mới dám qua đây rủ chứ! Đi một vòng Sài Gòn đi, cho mát...

– Dạ được! Chiếc xe đẹp quá!

Tôi không chờ anh nài lâu, lật đật nhảy tót lên yên sau ngồi vui sướng. Được một anh chàng đẹp trai chở trên xe Dream là một cái mốt của con gái Sài Gòn khi đó. Thậm chí tôi còn không kịp thay đồ ra đường mà mặc luôn chiếc áo đầm đơn giản trong nhà. Bình cũng không quan tâm, anh cười tươi tắn "đề" xe rồi quay ra sau dặn dò "Ôm anh cho chặt nhe!".

Tôi không dám ôm, phần vì mắc cỡ, phần e ngại hàng xóm xung quanh bắt gặp méc lại ba mẹ. Nhưng tôi dấn lên ngồi rất sát, ngực tôi chạm lưng Bình khiến trong một tích tắc của sự va chạm, tôi cảm nhận anh thoáng rùng mình. Cơ thể thiếu nữ của tôi cũng đột ngột nóng rần lên, phản xạ tự nhiên, tôi ngồi lùi ra sau một chút. Để rồi khi xe chồm lên bắt đầu chạy, cơ thể hai chúng tôi lại bật dính vào nhau.

Tôi bối rối và hoảng loạn, dù cơ thể mười tám của tôi đang hân hoan cảm nhận những va chạm đầu tiên với người khác phái. Sau này khi tôi đã trải qua nhiều mối tình khác nhau, đã đi xa hơn những đụng chạm thể xác nhưng mỗi khi nhớ lại lần được ngồi sau xe của Bình, cảm giác nóng rẫy đó mãi là phút giây ngất ngây nhất.

Bình cho xe chạy thật chậm, ra đường Trần Quang Khải, xuôi theo đường Hai Bà Trưng, quẹo vào con đường Duy Tân có lá me bay, con đường này khi đó đã đổi tên thành Phạm Ngọc Thạch nhưng người Sài Gòn vẫn còn thói quen gọi tên cũ. Chúng tôi ra Hồ Con Rùa, những cặp trai gái yêu nhau đang ngồi ăn kem trong những quán cà phê ven đường. Cả hai gần như nín thở không dám nói gì, xe chạy đến công xã Paris, Nhà thờ Đức Bà, bưu điện Trung tâm. Phố xá thắp ánh đèn vàng lấp loáng, tháp chuông đổ bóng nghiêng nghiêng, những bông hoa giấy ở công viên Đức Mẹ rung rinh trong gió. Rồi Bình sẽ phải nhớ Sài Gòn biết bao...

Khi xe chạy vào đường Đồng Khởi, con đường đẹp nhất khu trung tâm với những khung cửa kính bán áo dài và những bức tranh thêu khung cảnh Việt Nam, Bình đột nhiên lên tiếng:

– Bé ôm anh đi... – giọng anh tha thiết – Mai anh đi rồi, ôm một chút đi!

– Dạ? – Tim tôi đập điên loạn.

– Ôm anh đi! – Bình nhắc lại nhẹ nhàng – Ôm một chút có sao đâu! Ngồi sát lại!

– Dạ...

Tôi vẫn đang bối rối và e dè, do dự chưa biết phải làm sao thì Bình đưa tay ra sau lần tìm tay tôi kéo tôi ôm choàng lấy anh. Giây phút tôi áp sát vào người Bình, vòng tay ôm lấy trọn cơ thể anh, hai chân tôi từ phía sau thít lấy hai đùi anh, mũi tôi chạm phải cổ anh, tôi run lên bần bật, ngực tôi nóng rẫy, cơ thể tôi ướt đẫm và tan ra thành ngàn mảnh. Sung sướng, hạnh phúc, ngất ngây.

Mãi sau này, khi đi du học, những bạn sinh viên nước ngoài trong lúc tiệc tùng thân mật tâm sự với nhau mọi người đạt đến đỉnh hân hoan ái tình vào lúc nào, tôi rùng mình thổ lộ vào đúng lúc tôi ngồi sau lưng Bình, vào buổi tối chúng tôi chạy xe trên đường phố Sài Gòn năm đó. Tôi cứ tưởng chẳng ai tin và sẽ bật cười nhưng kỳ lạ thay, cả bọn im bặt lắng nghe. Chẳng ai có được trải nghiệm đó, mười tám tuổi, chưa từng đụng chạm với người khác phái dù là một cái nắm tay, anh hàng xóm đáng yêu sắp đi xa mãi mãi, chiếc xe Giấc Mơ lãng mạn, đêm Sài Gòn thoảng gió...

Và không cần những người bạn nước ngoài cho nhận xét, bản thân tôi cũng tự biết, một cặp trai gái cùng ngồi trên xe hai bánh rồi ôm siết nhau từ đằng sau là một tư thế gợi tình nhất trên đời. Một trong những người bạn từng có dịp nghe tôi tả cảm giác ngất ngây sau lưng Bình có lần đến Sài Gòn chơi, buổi tối ngồi ở cà phê Givral trên đường Đồng Khởi, ngắm những đôi tình nhân chở nhau dập dìu, nó gật gù thú nhận, "Kích thích thật! Cứ chạy xe lòng vòng, sao chịu nổi?"

Vậy mà buổi tối hôm đó, Bình và tôi đã ôm dính nhau, nóng hổi, ướt đẫm, bồng bềnh trên chiếc Giấc Mơ trôi đi khắp nẻo phố phường Sài Gòn. Tôi không nhớ vì sao cuối cùng chúng tôi cũng quay về nhà, cũng không nhớ các bậc phụ huynh có gặng hỏi điều gì khi đột nhiên cả hai đã biến mất trong vòng mấy tiếng đồng hồ. Có thể mọi người đang bận rộn với chuyến đi xa, chẳng ai có tâm trí để ý đến chúng tôi nữa. Hai đứa chia tay nhau bằng một nụ cười nhẹ, không nói câu gì. Bình còn có thể nói gì khi anh sẽ đi về nơi rất xa, và tôi còn có thể nói gì khi cơ hội gặp lại anh gần như là vô vọng?

Tôi thấy ngộp thở nên đứng dậy mở cửa sổ, nhìn ra New York trong đêm. Cuối cùng thì tôi cũng đến Mỹ, nơi chàng trai đã cho tôi cảm giác ngất ngây đầu đời định cư gần hai mươi năm nay. Tôi tự hỏi sao tôi phải chờ lâu như thế để đặt chân lên đất Mỹ? Với một người có mức lương cao, có thói quen đi nước ngoài, chưa ràng buộc chồng con như tôi, mua một tour đi Mỹ hoàn toàn nằm trong khả năng. Nhưng tôi đã không có bất kỳ lý do nào để một mình đi Mỹ, nếu chỉ là đi du lịch tôi lại cần có bạn đồng hành, mà tôi thì ghét phải liên lụy đến ai. Vậy là cho mãi đến hôm nay khi tôi đi công tác, một cái cớ rất chính quy, tôi đã đến miền đất Bình đang ở, với một hy vọng mà tôi biết là sẽ làm tôi thất vọng: được gặp lại anh.

Trong tâm trạng buồn bực vô cớ, tôi đã quyết định làm một việc chưa bao giờ dám làm. Tôi khoác áo, rời khách sạn, lang thang ra phố lúc ba giờ rưỡi khuya. Khu Manhattan ở New York rất dễ tìm đường vì phố xá được xây theo kiểu bàn cờ. Các đường nằm ngang được đặt tên là East và West đan xen với những đường cắt dọc được đánh số thứ tự như đại lộ số 1, đại lộ số 2, đại lộ số 3, và cứ như thế cho đến đại lộ số 12. Từ khách sạn tôi chỉ quẹo một block nhà là ra đến đại lộ số 5 (Fifth Avenue) vô cùng nổi tiếng. Đây là con đường shopping nên các cửa hiệu lấp lánh ánh sáng rực rỡ tuy phố xá khá vắng lặng. Tôi chưa bao giờ ra khỏi nhà vào đêm khuya dù là ở Sài Gòn hay những thành phố lớn khác ở nước ngoài. Vậy mà ở New York, thành phố không mấy an toàn thì tôi lại một mình dạo phố lúc đêm khuya.

Tôi kéo cao cổ áo, thọc tay sâu vào túi, lững thững dấn bước về phía Times Square. Dần đến cuối Fifth Avenue, những màn hình lớn quảng cáo các mặt hàng tiêu dùng nhấp nháy liên tục làm tôi lóa cả mắt. Thì ra đây chính là Times Square. Tôi chưa từng thấy cái quảng trường nào bình thường và sặc mùi thương mại như ở đây. Gọi là quảng trường nhưng thực chất Times Square chỉ là một con phố đi bộ, xung quanh là các bảng hiệu và những màn hình lớn quảng cáo mà thôi. Tôi nhún vai, ngạc nhiên thấy mình không thất vọng. Một địa điểm nổi tiếng như Times Square tại một thành phố lừng danh như New York lại đơn giản đến thế.

Một đôi trai gái nói tiếng Pháp có vẻ đang ngà say men rượu cộng men tình bá cổ nhau đi xiêu vẹo ngược hướng với tôi. Tôi tránh đường cho họ đi ngang qua, nghe cô gái hỏi người yêu "Sao anh không quay lại tìm em sớm hơn?". Chàng trai cười nho nhỏ "Anh sợ gặp lại, em đã thay đổi rồi". Cô gái hơi lên giọng, nghe như đang hát một câu vút cao "Em đã không đổi thay!".

Em đã không đổi thay –*Je n'ai pas changé*. Lời cô gái nói trùng với một bài tình ca Pháp rất hay. Hồi đó Bình hay giúp tôi nghe nhạc Pháp trong băng cassette rồi chép lại lời. Tôi có cả một cuốn sổ chép tay lời bài hát Pháp và say đắm những giọng ca ma mị như Sylvie Vartan, Dalida, France Gall... Thậm chí, tôi và Bình còn thu âm chung bài *"Paroles"*. Thu âm ở nhà bằng máy cassette nên lẫn rất nhiều tạp âm nhưng cả xóm đều khen ngợi. Bài đó Dalida hát, Alain Delon đọc lời đệm nghe rất "nhức nhối". Tiếng Việt có người dịch "Paroles" là "Những lời dối gian" rất tuyệt. Tôi giả làm Dalida, Bình đọc lời đệm như Alain Delon. Thời đó học tiếng Pháp với thầy Việt Nam nhưng không hiểu sao giọng phát âm của chúng tôi rất chuẩn. Có lẽ do chúng tôi thường xuyên nghe nhạc Pháp và có khả năng bắt chước cao. Khi cho mọi người nghe đoạn băng tôi và Bình giả làm Dalida và Alain Delon, khó tính như ba tôi cũng phải khen là rất giống.

Ôi chàng Bình Alain Delon của tôi. Đã nhiều lần tôi quay quắc hỏi, gần hai mươi năm qua, lẽ nào anh chưa từng quay lại Việt Nam, lẽ nào anh đã có lần về Việt Nam mà không chịu đến thăm tôi?

Je n'ai pas changé, em đã không đổi thay, em đã luôn mong anh về...

Chương 6

Chicago
quỷ tha ma bắt

Chuyến bay đến Chicago đúng giờ nhưng rốt cuộc tôi không thực hiện được một buổi dạo phố ban đêm như dự định. Lúc máy bay hạ cánh, trời đột nhiên đổ mưa, mưa không quá lớn nhưng tiếp viên báo tin mưa làm sân bay bị hư hại gì đó, khiến máy bay phải đậu ở rất xa, chưa thể chạy vào bên trong cho khách xuống được.

Tôi vốn thích đi máy bay vì thế rất tận hưởng những chuyến công tác nước ngoài. Nhưng lần này tôi phải lắc đầu ngao ngán. Đi máy bay nội địa trong nước Mỹ vô cùng vất vả. Có thể do đất nước này là trung tâm của khủng bố, nhất là sau vụ 11 tháng 9, quy trình kiểm tra an ninh để lên các chuyến bay nội địa cực kỳ phức tạp và mất thời gian. Tôi chưa từng đi máy bay ở nước nào mà bị kiểm tra an ninh kỹ lưỡng và khó khăn như thế. Lên được máy bay rồi tới lúc chờ để được xuống cũng mệt mỏi biết bao.

Tiếp viên thông báo hành khách cần ngồi yên, họ sẽ cho thêm nước suối uống và sẽ cập nhật tình hình thời tiết, xem mưa có thể ngưng lúc nào để sân bay có thể sửa chữa. Tiếp viên hàng không bên Mỹ chửi thề liền miệng, tôi nghe họ cứ nói chữ "hell" liên tục. Kỳ thật, xem phim Mỹ chỉ có cảnh đánh đấm nhau mới nói "What the hell!", mà tôi thường thấy dịch là "Đồ quỷ tha ma bắt", "Đồ chết tiệt", "Đồ âm ti địa ngục!". Chắc tiếp viên cũng mỏi mệt nên chửi rủa loạn xạ không thua gì gangster.

– Đầu xuân rồi mà có mưa? Thường mưa vào mùa thu mà? – Tôi bắt chuyện với người đàn ông ngồi kế bên – Vậy thời tiết có bình thường không?

– Có! – Ông ta không màng quay sang tôi mà nhìn xuống laptop của mình, miệng trề ra bất mãn – Đồ quỷ tha ma bắt!

– Mưa không lớn lắm, sao đến mức gây ảnh hưởng sân bay nhỉ? – Tôi lại bắt chuyện.

– Hừm... – Ông ta lại ậm ừ, miệng lại trề dài thêm tí nữa – Đồ quỷ tha ma bắt!

– Ông người Chicago à? – Tôi cố gắng không làm phiền người ngồi cạnh nhưng chả biết làm gì giết thời gian – Có ai chờ đón ông ở sân bay không?

– Không! – Ông ta cuối cùng cũng quay sang nhìn tôi – Lại mưa nữa rồi! Đồ quỷ tha ma bắt!

Tôi thất vọng nhận ra không phải ông quay nhìn tôi, mà là nhìn qua vai tôi để thấy khung cửa sổ lại có những hạt mưa đập vào lộp bộp.

– Đồ quỷ tha ma bắt! – Ông ta chửi thề – Đồ quỷ tha ma bắt!

– Đồ quỷ tha ma bắt! – Tôi chửi theo – Ông là doanh nhân à? Thấy ông từ lúc lên máy bay cứ ôm laptop miết!

– Hừm, đúng... – Doanh nhân kiệm lời ậm ừ – Tôi còn biết làm gì cho qua cảnh chờ đợi. Đồ quỷ tha ma bắt.

– Đồ quỷ tha ma bắt! – Tôi phát quạu thật sự.

Tiếp viên lại đọc trên loa cần phải chờ thêm chút nữa và hứa sẽ tìm thêm các loại snack còn trên máy bay để phát cho hành khách ăn đỡ đói. "Đồ quỷ tha ma bắt!", cô tiếp viên xinh đẹp lại chửi thề rất duyên dáng.

Tôi mệt mỏi, chán nản và cực kỳ thất vọng. Đáng lý ra giờ này tôi đã ở trong khách sạn sang trọng ngay giữa trung tâm thành phố Chicago. Tôi đã có thể lang thang đi dạo và ghé vào nhà hàng tử tế nào đó ăn tối. Và tôi còn phải xem lại bài phát biểu chuẩn bị ngày mai dự hội nghị trong công ty. Đúng là đồ quỷ tha ma bắt!

Cuối cùng máy bay cũng được phép chạy vào bên trong nhà ga khi các sự cố kỹ thuật đã tạm được sửa xong. Tôi nhìn đồng hồ, đã mười hai giờ khuya, coi như tôi đã mắc kẹt trên máy bay bốn tiếng đồng hồ ròng rã. Đồ quỷ bắt ma tha, đồ âm ti địa ngục, đồ chết tiệt, *hell, hell, hell!!!*

Khi tôi đẩy xe hành lý ra, nhìn dòng người đứng xếp hàng chờ taxi, tôi lại muốn chửi *hell* thêm một tràng nữa. Thì ra không chỉ có chuyến bay của tôi mà còn nhiều chuyến bay khác không thể hạ cánh hoặc hạ cánh ở xa không thể chạy vào sát sân bay do sự cố kỹ thuật từ cơn mưa. Giờ các chuyến bay được thả hành khách xuống đồng thời cùng một lúc vào đêm khuya, ai cũng mong nhanh chóng về nhà, taxi không đủ đáp ứng. Tôi ước tính chắc cũng phải xếp hàng một hai tiếng đồng hồ nữa mới tới phiên mình lên taxi. Nhiều người không quen biết đi rảo tới rảo lui mời chào cùng đi chung taxi, vừa chia tiền cước phí, vừa đỡ mất thời giờ chờ đợi. Tôi không đủ liều để đi theo kiểu này, nên đành xếp hàng đau khổ. Bụng tôi quặn đói cồn cào, cổ tôi khát khô bỏng rát, chân tôi mỏi nhừ. Tôi ngồi thụp xuống chiếc valise, cầu trời đừng bị xỉu, bỏ mạng nơi đất khách quê người.

– Hey! Cuối cùng cũng gặp được cô! – Một giọng nói vang lên vui mừng – Xin chào!

– Anh... – Tôi ngước lên ngơ ngác – À, anh là...

– John đây, chúng ta gặp nhau trên chuyến bay từ Việt Nam sang Seoul, còn nhớ tôi chứ, cô bác sĩ hay nói tiếng Anh với chuột trong phòng thí nghiệm?

– Tôi có nhớ anh! – Tôi vui mừng đứng phắc dậy – Hình như anh bảo hôm nay anh đi công tác không có ở Chicago mà?

– Tôi đáng lý phải lấy máy bay đi New York hôm nay, nhưng vì quỷ tha ma bắt, nên chuyến bay của tôi bị hủy, thế nên tình cờ tôi mới gặp lại cô ở đây!

– Thật sao? – Tôi ngơ ngác – Vì quỷ tha ma bắt là sao?

– Để tôi lái xe đưa cô về khách sạn, không cần phải xếp hàng chờ taxi đâu – John kéo valise tôi đi xăm xăm – Cứ cái đà này có mà cô chờ tới sáng cũng chưa đến lượt đâu!

Tôi chạy lúp xúp theo sau John, trong lòng bán tin bán nghi, tôi biết gì về người đàn ông này mà dám lên xe cho chở đi! Nhưng ngoái nhìn lại hàng người dài cả cây số đang chờ taxi, tôi chặc lưỡi đánh liều. Quỷ tha ma bắt, lẽ nào John là gangster Chicago, nơi nổi tiếng nhiều tội phạm?

– Đi theo tôi là cô an toàn – John ngoái lại nhìn tôi – Đừng lo gì hết, tôi đưa cô về khách sạn Hilton Chicago.

– Sao anh biết tên khách sạn tôi ở? – Tôi ú ớ – Tôi đâu có nói với ai...

– Tôi đọc trên tờ chương trình hội nghị của cô. Nhớ không, ba-lô cô ló ra xấp giấy ghi lịch hội nghị toàn cầu của tập đoàn KSA ở Chicago. – John giải thích rất nhanh – Ba-lô đó cô để chung trên cabine hành lý lúc chúng ta ngồi cùng máy bay.

– Thật sao? – tôi nhíu mày lo nghĩ – Đọc trộm vậy mà ra thông tin khách sạn Hilton Chicago sao?

– Xe tôi đây rồi, cô vào đi, có nước trong đó nữa, chắc cô khát khô rồi?

– Khoan! – Tôi giơ tay lên phản đối – Chờ chút!

Tôi cần phải suy nghĩ. Nếu John đã có xe hơi, sao anh ta lang thang bên chỗ hành khách chờ taxi để làm gì. Rõ ràng là anh ta cố tình đi tìm tôi. Tôi đã đọc vanh vách mình sẽ đi hãng hàng không nào, đến Chicago lúc bảy giờ mười ba phút ngày hôm nay. John đã đến phi trường tìm gặp tôi, không phải chuyến bay của anh ta bị hủy vì cái lý do quỷ tha ma bắt mơ hồ nào đó!

– Cô sao vậy? – John nghiêng người nhìn tôi dò xét – Cô không tin tôi à?

– Không phải, chỉ là vì tiếng Anh tôi yếu quá, anh nói nhanh tôi không kịp hiểu – Tôi cố tỏ vẻ nhã nhặn – Anh nói anh đáng lý phải đi New York nhưng chuyến bay bị hủy? Vì sao ấy nhỉ?

– Vì quỷ tha ma bắt! – John trả lời rất chậm.

– Xin lỗi? – Tôi nhăn nhó – Đó là lý do à? Ý anh là gì? Quỷ tha ma bắt là sao? Anh chửi thề à?

– Chửi thề? – John nhíu mày – Tôi có chửi thề đâu! Đó là lý do rất nhiều chuyến bay bị hủy hôm nay và chuyến bay của cô cũng vì thế mà không được cập nhà ga, phải chờ hơn bốn tiếng đồng hồ.

– Ý anh là trời mưa? – Tôi lùng bùng đầu óc – Trời mưa có lớn lắm đâu mà nhà ga bị hư hỏng và nhiều chuyến bay phải hủy?

– Không phải mưa thường – John kiên nhẫn phát âm rất chậm – Mà là vì quỷ tha ma bắt!

– Anh lại chửi thề! – Tôi phát khùng – Tôi không hiểu gì hết!

– Tôi không chửi thề! – John chặc lưỡi rồi chợt mắt vụt sáng – Chúa ơi, tôi hiểu rồi. Để tôi đánh vần cho cô nghe chậm chậm nhé. H-A-I-L. Từ này đọc nghe giống như là H-E-L-L mà cô nói là tiếng chửi thề. Hail có nghĩa là mưa từ trên trời rơi xuống, có những hạt đông lại nhỏ li ti hoặc to như những viên nước đá nhỏ. Những hạt nước đá này khi rơi xuống đã làm hư hỏng một số nơi trong sân bay khiến một số chuyến bay không thể cất cánh và một số chuyến bay khi đáp xuống không thể chạy cập sát vào trong. Cô hiểu tới đây chưa? Mưa, nước đá, rơi xuống, hư hỏng sân bay. Hiểu chưa?

– Hail? – Tôi lẩm bẩm, phát âm nghe gần giống hệt với hell – Ý anh là mưa đá? Không phải là chữ hell có nghĩa là địa ngục, là tiếng chửi thề?

– Không phải – John cố gắng nín cười – Té ra cô hiểu nhầm à? Trong suốt hơn bốn tiếng đồng hồ ngồi chờ trên máy bay cô đã luôn hiểu nhầm à? Cô không hiểu là có mưa đá sao? Không ai giải thích với cô sao?

– Tôi tưởng mọi người chửi thề – Tôi giơ tay lên trời bối rối – Tôi tưởng từ cô tiếp viên hàng không nhã nhặn đến ông hành khách doanh nhân ngồi kế bên đều thích chửi thề. Hèn gì, lẽ nào người Mỹ chửi thề liền miệng!

John không cố giữ vẻ lịch sự nữa, anh gập người cười trối chết. Tôi mắc cỡ dễ sợ, ước gì có thể độn thổ được. Ai đời, mang danh bác sĩ, manager của một tập đoàn dược đa quốc gia đi dự hội nghị toàn cầu mà không biết chữ "hail" là mưa đá. Lại còn nghĩ xấu cho người Mỹ thích chửi thề. Tiếng Anh của tôi tệ thật, quá tệ, quá xá tệ.

– OK, OK! – John cố nín cười – Cô không nên đỏ mặt nữa, hai chữ đó phát âm giống nhau, mà ở Việt Nam thì không có mưa đá, cô không biết từ đó cũng bình thường thôi.

– Tôi đang cố gắng cải thiện trình độ tiếng Anh của mình – Tôi cười méo xệch – Tôi học được một từ mới, hay thật.

– Thôi chúng ta lên xe đi, khuya rồi – John đề nghị – Chúng ta có thể trò chuyện tiếp, OK?

– Khoan! – Tôi kịp tỉnh táo truy tiếp – Anh nói chuyến bay của anh bị hủy vì mưa đá, vậy sao anh không đi thẳng xuống parking lấy xe hơi về nhà, anh đến chỗ chờ taxi làm gì?

– Tôi đi tìm cô chứ làm gì! – John sờ trán giả bộ như đang vuốt mồ hôi – Cô ghê thật, không tin ai hết. Tôi nhớ cô nói hôm nay đến Chicago, khi tôi bị hủy chuyến bay, tôi đến bảng điện tử xem thông tin chuyến bay của cô, tôi nhớ chi tiết chuyến bay do cô đã đọc cho tôi nghe lúc ở sân bay Seoul. OK? Tôi thấy chuyến bay của cô bị dừng ngoài xa và cô phải chờ bốn tiếng trong máy bay. Tôi đã nán lại chờ thông báo tiếp theo để đợi cô xuống máy bay, lấy hành lý. Tôi đi tìm cô ở trạm taxi với ý định sẽ giúp đưa cô về trung tâm vì giờ này đã khuya, chờ taxi chắc đến sáng. OK?

– Anh có thể cho tôi xem vé điện tử của anh không? – Tôi truy tiếp – Cho tôi bằng chứng đáng lý anh phải đi New York hôm nay đi!

– OK! – John có vẻ ngạc nhiên vì lời đề nghị – Đây, cô xem đi, vé tôi đây. Cô có cần quay ngược lên sảnh trên xem bảng điện để thấy rằng chuyến bay này bị hủy không?

– Thôi được, tôi tạm tin anh – Tôi thở phào – Anh làm ơn chở tôi về khách sạn đi, tôi mệt muốn chết rồi đây. Gặp anh may quá!

John lắc đầu làm bộ ngao ngán trước vẻ đa nghi của tôi nhưng anh cười tươi như hoa, giơ tay mời tôi lên xe rất điệu đàng. Tôi lại chột dạ, điều gì khiến John nhiệt tình với tôi như thế, không lẽ người Mỹ thân thiện đến mức quan tâm đến một người xa lạ chỉ quen nhau trên cùng một chuyến bay?

Trong xe khá nóng, tôi cố gắng chịu đựng nhưng do quá mệt mỏi và đói bụng, tôi mờ mắt, trán nóng phát sốt. Cuối cùng hết chịu nổi, tôi đành cởi bỏ áo khoác ra, một hành động có thể bị đánh giá là khêu gợi đàn ông, nhất là bên trong tôi chỉ mặc một cái áo hai dây bó sát. John dường như cảm nhận được vẻ ngại ngùng của tôi, anh hạ cửa kính xe xuống, cho biết sau cơn mưa đá kéo dài, giờ nhiệt độ lại tăng lên. Gió bên ngoài lùa vào làm tôi thấy dễ thở hơn, đã quá nửa đêm rồi. Chicago quả nóng hơn các thành phố sát bờ Đông như New York hay Washington DC. Tập đoàn dược phẩm KSA nơi tôi làm việc có trụ sở chính đóng ở Illinois, miền Trung nước Mỹ và nhiều văn phòng ở các thành phố lớn nằm rải rác khắp nơi trên nước Mỹ. Nhưng năm nay ban tổ chức chọn Chicago để làm hội nghị. Mọi người từ bờ Đông hay bờ Tây đổ về đây đều thuận tiện cả. Có lẽ vì lý do địa lý, thành phố này thường được các công ty chọn làm nơi hội họp.

– Lần đầu cô đến Chicago à? – John có vẻ cũng không thoải mái lắm, lên tiếng trò chuyện phá vỡ sự ngại ngùng – Tập đoàn dược phẩm KSA lớn lắm, cô làm ở đây lâu chưa?

– Dĩ nhiên là lần đầu tôi đến Chicago – Tôi bật cười – Đây là lần đầu tôi đến Mỹ mà! Tôi làm ở KSA chi nhánh Việt Nam được ba năm rồi. Hai năm trước tình hình kinh doanh hơi xuống, chúng tôi chỉ họp theo khu vực châu Á chứ không được họp Toàn cầu. Tôi là trưởng phòng Y vụ, là cố vấn y khoa, hỗ trợ cho các dược sĩ bán thuốc.

– Vậy à? – John cười to – Tập đoàn KSA giàu nhỉ, đáng lý ra trong thời buổi kinh tế đi xuống thế này, chỉ nên họp hành thông qua Internet thôi. Mỗi lần hội nghị toàn cầu quy tụ cả trăm nhân viên từ khắp nơi trên thế giới, tốn biết bao nhiêu tiền. Không cần thiết!

– Chúng tôi cũng bị cắt nhiều chuyến công tác nước ngoài lắm rồi đó chứ! – Tôi phân bua – Nhưng hội nghị lần này rất quan trọng. Anh nói chuyện có vẻ ganh tị nhỉ? Và lại còn keo kiết nữa. Anh gốc dân tài chính à?

– Chính xác! – John cười to – Cô thật tinh ý! Thật ra trước kia tôi cũng làm việc trong một tập đoàn lớn nên rành cách vận hành của một tổ chức cồng kềnh. Giờ tôi làm giám đốc cho chính công ty mình lập nên, tôi phải tiết kiệm tối đa mọi chi phí. Thật sự tôi cũng có chút ganh tị với cô. Chà chà, cái khách sạn năm sao hoành tráng giữa trung tâm Chicago đây rồi. Không ganh tị với cô sao được!

John giúp tôi đem hành lý xuống rồi giao xe cho người gác cửa đem vào parking giùm. Tôi lại chột dạ, không lẽ anh ta muốn theo tôi vào sảnh tiếp tân *check in* rồi theo tôi lên phòng luôn. Không dám tỏ thái độ nghi ngại, tôi vờ lúi húi với mớ hành lý, vừa đeo cặp laptop lên vai, vừa ôm túi xách, vừa cầm áo khoác. John đưa tay ra định đỡ giúp tôi một món đồ nào đó nhưng tôi vội kẹp chặt tư trang của mình, xăm xăm đi đến quầy tiếp tân. Giờ này đã khuya nên chỉ có mỗi một cô receptionist tiếp tôi với vẻ mặt không hào hứng, tôi có phần ngạc nhiên vì đây là khách sạn năm sao, tôi lại là khách đi dự hội nghị. Nếu đang ở Singapore hay Thái Lan, tôi đã nhận được sự tiếp đón nồng nhiệt của nhân viên khách sạn. John đứng khá sát chung với tôi ở quầy chứ không ra ghế ngồi chờ, những trao đổi giữa tôi và cô receptionist thế là lọt hết vào lỗ tai anh. Không phải là thông tin gì bí mật nhưng cũng khá riêng tư, nào là giờ tôi sẽ *check out*, tôi sẽ đặt xe của khách sạn để ra phi trường chứ không đi taxi, tôi cần bản đồ để có thể tự đi dạo phố lúc rảnh, tôi muốn biết bưu điện nào gần khách sạn nhất để gởi một món quà, tôi muốn biết khu vực nào shopping tốt nhất để mua quà về Việt Nam... Khi tôi hỏi giờ này nhà hàng trong khách sạn còn phục vụ không, tôi chưa ăn tối nên muốn ăn nhanh món gì đó trước khi đi ngủ, John xen vào:

– Tôi muốn mời cô ra ngoài ăn, gần đây thôi, chúng ta có thể đi bộ.

– Tôi mệt quá rồi – Tôi từ chối khéo rồi quay sang cô receptionist hỏi lại – Thế còn nhà hàng trong khách sạn?

– Rất tiếc hết giờ phục vụ rồi – cô ta trả lời – Nhưng khách sạn chúng tôi cung cấp dịch vụ gọi đồ ăn đem lên phòng. Chúng tôi có những món đơn giản như hamburger...

– Tôi ngán hamburger quá rồi – Tôi thở dài – Có cửa hàng tiện ích Seven Eleven nào gần đây không? Tôi sẽ đi mua mì gói về ăn.

– Cách bốn block nhà có một cái Seven Eleven gần nhất – Cô tiếp tân khoanh vào bản đồ – Đây là địa điểm đó.

– Thay vì đi bộ bốn block nhà để mua mì gói trong đêm khuya thanh vắng một mình – John cười cố thuyết phục – Chỉ cách đây một block nhà có một nhà hàng phục vụ ăn đêm rất OK, và tôi sẽ hộ tống cô.

Tôi đã dám leo lên xe của người đàn ông này, giờ mạo hiểm đi chung thêm một block nhà nữa chắc cũng không làm tăng thêm mức độ rủi ro. Dù sao, John đã theo tôi vào khách sạn, có ba người sẽ nhận diện ra: bảo vệ đứng trước cửa, nhân viên chạy xe xuống parking và cô receptionist. Ngoài ra, tôi tin là khách sạn có một hệ thống camera theo dõi. Nếu tôi mất tích đêm nay, John cũng không thoát được.

– OK, anh ra lấy xe đi – Tôi đồng ý – Tôi lên phòng cất hành lý rồi sẽ xuống liền.

– Chúng ta đi bộ mà, đâu cần xe – John mỉm cười – Tôi chờ cô trước cửa. Cô muốn dặn dò cô receptionist nếu sáng mai người trong công ty KSA không thấy cô xuống dự hội nghị thì báo với cảnh sát, đêm qua cô đã đi với tôi chứ gì.

– Anh... – Tôi ú ớ – Anh đoán trúng. Tôi có quyền lo xa chứ!

– Nhân tiện, đây là thẻ ID của tôi – John chìa căn cước của mình cho cô receptionist – Cô ghi lại đi, tên tuổi, số ID. Nếu sáng mai quý cô Việt Nam đây mất tích, nhớ báo cảnh sát truy tìm tôi nhé.

Trong khi chờ cô receptionist ghi chép, John quay lại nhìn tôi với một nụ cười điềm đạm của một doanh nhân nhưng ánh mắt rạng ngời như một đứa trẻ. Ánh đèn vàng ngoài phố hắt vào khuôn mặt chữ điền với sống mũi cao và đôi mắt đen của người đàn ông mang hai dòng máu khiến tim tôi hụt nhịp. Tôi tự hỏi John có vợ chưa.

Chương 7

Những gã độc thân xuất hiện

Chưa bao giờ trong cuộc đời độc thân lung linh của mình tôi lại đi ăn tối vào đêm khuya thanh vắng với một người đàn ông còn khá xa lạ. Lại còn ở Chicago, một thành phố nổi tiếng nhiều gangster khiến ai mới tới cũng nên cẩn thận. Nhưng những gì cần làm để giảm rủi ro tôi đã làm rồi, giờ chỉ nên cố gắng tận hưởng giây phút hiện tại.

Giây phút hiện tại, tôi đang sánh bước bên một người đàn ông luôn mỉm cười, mắt nhìn thẳng nhưng luôn tranh thủ liếc sang tôi kín đáo. Dù đang giữa khuya, Chicago lại khá nóng với vài cơn gió rất nhẹ. Tôi đi đủ gần John để nghe thoang thoảng mùi nước hoa đàn ông dìu dịu, thứ nước hoa người ta chắt lọc từ cây cỏ thiên nhiên trong những cánh rừng ôn đới, không gắt, không choáng ngợp. Thật lạ, lúc ngồi trên máy bay từ Sài Gòn đến Seoul, cự ly giữa tôi và John còn sát hơn bây giờ, thế mà tôi không để ý mùi hương này. Có thể lúc đó tôi hoàn toàn vô tư trước anh.

– Đến rồi đó, gần không? – John đưa tay đẩy cửa – Chúng ta lên lầu đi.

– Sao? – Tôi sửng sốt – Đây đâu phải là nhà hàng. Anh dắt tôi đi đâu vậy?

– Làm ơn tin tưởng tôi một chút – John cười điềm tĩnh trước vẻ bất an của tôi – Dưới sảnh vắng vẻ nhưng trên lầu có khá nhiều người. Đừng lo!

– Tôi đã đến đây rồi, có lo cũng được gì chứ! – Tôi cố tươi tỉnh – Tôi chỉ muốn tìm chỗ nào ăn nhanh để còn về ngủ. Anh biết đó, tôi rất mệt...

– OK, tôi biết – John lại cười, mắt ánh lên tia tinh nghịch – Cô mệt cũng vì đang lo lắng nữa. Thư giãn đi.

Đây là một không gian nằm trong một tòa nhà lớn, đúng là chỉ cách khách sạn tôi ở một block nhà. Gian sảnh được thắp đèn sáng trưng, trên tường có những bức tranh theo trường phái hiện đại, dọc theo tường là những chiếc ghế sofa nhiều màu sặc sỡ. Nhìn sơ căn phòng trông cũng giống một quán cà phê nhưng trước cửa không ghi bất cứ dòng chữ nào, đặc biệt không có bất kỳ ai đang hiện diện. Tôi theo John lên lầu, miệng thầm niệm Phật liên hồi. Xin cho con bình an trở ra chỗ này mà không "sứt mẻ" gì, con sẽ ăn chay một tháng.

Tôi hơi hối hận vì hứa ăn chay tới một tháng khi đặt chân lên tới lầu trên, đẩy cánh cửa kính cách âm, lọt vào một gian sảnh ít ánh sáng hơn nhưng vô cùng nhộn nhịp. Đây quả là một nhà hàng, được trang trí theo phong cách cổ điển. Trên sân khấu nhỏ, một chàng ca sĩ da đen đang phiêu du hát một bản nhạc jazz. Thực khách ngồi chưa đầy gian phòng nhưng cũng chiếm hơn phân nửa. Chúng tôi được một cô phục vụ niềm nở vừa đủ độ chuyên nghiệp hướng dẫn đến một chiếc bàn kê sát cửa sổ rồi đưa thực đơn trang trí rất lịch thiệp. Một nhà hàng sang trọng.

Tôi nói muốn ăn nhanh nên gọi một phần beefsteak mà bỏ qua khai vị. John thì gọi một món ăn chay. Thật kỳ cục khi tôi sẽ cắm cúi cắt thịt bò rồi nhai cật lực trước một người nhỏ nhẹ ngồi ăn tàu hũ và nấm rơm. Thế là tôi đổi món của mình thành một món chay giống hệt với John. Coi như tôi bắt đầu tháng ăn chay như lời hứa của mình từ tối nay. Vì tôi biết, tôi sẽ ra khỏi chỗ này an toàn.

Càng ngắm John, tôi nghĩ đi với anh chắc chắn là an toàn. Nhìn thoáng, John trông giống một người thuần Mỹ nhưng nếu ngắm kỹ, mắt anh phảng phất nét Á Đông với đuôi mắt dài và ánh nhìn hiền lành. Và càng ngắm John trực diện, tôi ngỡ ngàng thấy anh rất giống diễn viên Keanu Reeves hồi đóng trong phim *The lake house*.

– Tình trạng gia đình của anh là gì nhỉ? – Tôi đột ngột lên tiếng làm người đối diện thoáng giật mình – Tôi nghĩ không gì tốt hơn là hỏi thẳng để còn tiện cư xử. Về phần tôi, tôi còn độc thân.

– Hỏi về tình trạng gia đình của một người mới quen là phong tục không mấy tế nhị của người Việt Nam – John mỉm cười – Cũng may tôi đã biết qua phong tục này nên không quá khó chịu. Tôi cũng còn độc thân.

– Độc thân lần thứ mấy? – Tôi thắc mắc lẫn nghi ngờ – Ý tôi là anh độc thân nhưng trải qua mấy lần li dị rồi, hoặc anh đã từng sống chung với bao nhiêu bạn gái rồi?

– Ở Mỹ người ta chỉ khai báo tình trạng hiện tại – John bật cười – Không đếm số lần kết hôn và không đếm số bạn gái trong quá khứ.

– Ý tôi là – Tôi phân bua – Ở Việt Nam, nếu độc

thân thì phải là độc thân một trăm phần trăm. Nghĩa là một người được gọi là độc thân khi người đó chưa từng kết hôn, trong thời điểm hiện tại không có mối quan hệ tình cảm với ai, cũng như không quan hệ... tình dục với ai.

– OK – John cố nín cười – Đó là định nghĩa về độc thân ở Việt Nam. Cô đang tự giới thiệu về tình trạng của mình đó phải không? Cô đang không có mối quan hệ tình cảm và tình dục với ai?

– Phải – Tôi đỏ mặt – Tôi tập trung vào công việc...

– Tôi chưa từng kết hôn dù có vài bạn gái – John nói chậm lại – Và từ nhiều tháng nay, do tập trung vào công việc, tôi cũng không quan hệ tình dục với ai, trừ với... chính bản thân mình.

– Sao? – Tôi ngơ ngác, nghĩ mình nghe tiếng Anh không kịp – Anh lặp lại được không?

– Không có gì, không có gì – John phẩy tay, bật cười – Có lẽ chúng ta không nên đề cập chủ đề nhạy cảm này ở đây. Một dịp nào đó thân mật hơn có thể chúng ta quay lại. Nếu cô không phiền?

Chúng tôi cùng ngồi ăn chay với tàu hũ xốt nấm và rau củ đút lò. Ăn chay mà tâm tôi không tịnh, tim tôi chộn rộn vô cùng. Chàng ca sĩ da đen phiêu du với nhạc jazz nghe hay nhức nhối dù tôi không hiểu một lời nào. Nhìn vẻ phiêu linh của ca sĩ, ánh mắt đê mê, làn môi đầy gợi mở, tôi chắc anh đang hát nhạc tình. Mà hình như nhạc jazz chỉ hợp với tình yêu chứ không phải phản chiến hay kêu gọi đồng bào xây dựng đất nước. Nghe nhạc tình da diết, ngồi đối diện với một người đàn ông độc thân hấp dẫn mà lại phải ăn chay. Đời có những giây phút thật mâu thuẫn.

– Ca sĩ hát hay quá – tôi lại mở lời trước – Ở Sài Gòn thật hiếm nghe ai hát jazz.

– Tôi thích nhạc jazz – John hướng mắt lên sân khấu – Tôi cố ý mời cô đến đây cũng để khoe một nét văn hóa của Chicago. Cô thích nghe nhạc gì nhỉ?

– Tôi thích nghe... nhạc Pháp – Tôi lúng túng – thật ra tôi không có nhiều thời giờ để nghe nhạc lắm. Ai cho gì nghe nấy thôi. Như hôm nay anh cho tôi nghe nhạc jazz, thì tôi nghe.

– Nhạc Pháp không phải là một thể loại nhạc – John bật cười – Pop, rock, jazz, blues, rap, country...?

– Tôi không biết phân biệt – Tôi nhún vai thú nhận – Tôi chỉ thích nhạc Pháp nói chung, nhạc tình những năm 60. Nhẹ nhàng, sâu lắng, lãng mạn...

– Cô có vẻ lãng mạn? – John hỏi có phần châm biếm – Và giữ sự lãng mạn hơi lâu. Cô có phiền không nếu tôi hỏi vì sao người Việt Nam hay thúc con gái lấy chồng sớm còn cô đến giờ này vẫn độc thân?

– Đến giờ này? – Tôi bật cười – Anh nghĩ tôi bao nhiêu tuổi?

– Không quá trẻ để được làm trưởng phòng Y vụ, làm cố vấn y khoa trong công ty dược đa quốc gia KSA – John nheo mắt tinh nghịch – Chắc chắn cô không thể mười sáu tuổi mộng mơ được.

– Nhìn tôi có vẻ lãng mạn và mộng mơ – Tôi cười phá lên – Nhưng anh biết rồi đó, đầu tôi cũng đầy sạn. Nếu ngày trước khi tôi trẻ hơn, gặp phải một người... hấp dẫn như anh, tôi đã đầu hàng vô điều kiện. Giờ công việc trui rèn tôi để tôi luôn lạnh. Ý tôi là, tôi đang nhìn anh, với một cái đầu lạnh. Dù có thể một bộ phận nào khác trong cơ thể tôi đang rất nóng...

John không kìm nén được nữa, anh buông nĩa đánh xoảng xuống dĩa thức ăn, một tay sờ trán, một tay bịt miệng, cười to át cả tiếng rên thống thiết của ca sĩ da đen. Tôi cũng cười, tự hỏi vì sao khi nói thật, rất thật, người ta luôn khiến kẻ khác hoặc rất vui hoặc rất bực. Trong trường hợp này tôi đang giúp John giải trí. Anh cười khá lâu, không thốt nổi nên lời và cứ cố đưa tay bịt miệng.

– Tôi có một thắc mắc – Tôi lên tiếng tiếp hy vọng giúp John cắt cơn cười – Xem phim Mỹ trên HBO tôi luôn thấy khi đàn ông mời phụ nữ độc thân đi ăn tối, đó là khi anh ta muốn hẹn hò. Chúng ta không có cơ hội gặp lại nhau nữa, lẽ nào anh muốn hẹn hò với tôi?

– Hẹn hò? – John ho húng hắng sau cơn cười –

Tôi... thích cô, đương nhiên, nên mới tìm cách gặp lại cô ở sân bay và mời cô cùng ăn tối. Còn hẹn hò cho một mối quan hệ dài lâu? Đương nhiên tôi cũng muốn nhưng như cô nói chúng ta khó gặp lại nhau nữa. Nhân tiện, cô đừng lấy chuẩn mực của phim Hollywood gán ghép vào người Mỹ thật sự. Cứ tiếp xúc để tự mình nhận ra nét văn hóa của chúng tôi. Và cứ tiếp tục thắc mắc, tiếp tục đặt câu hỏi dù có làm người ta cười khủng khiếp như thế.

– Anh tự nhận mình là một người thuần Mỹ hay một người mang hai dòng máu – Tôi được bật đèn xanh nên tha hồ tò mò – Anh có thấy mình cũng là người Việt Nam?

– Chúng tôi không có khái niệm thuần Mỹ. Người Mỹ là một tập thể đến từ nhiều nơi trên thế giới. Đất nước này là một hợp chủng quốc. Tôi có quốc tịch Mỹ, nhưng tôi là tôi, tôi không là người Mỹ cũng không là người Việt Nam – John hơi nghiêm sắc mặt – Tôi đang cố giải thích cho cô hiểu là, tôi lớn lên ở Mỹ nên ảnh hưởng lối sống ở đất nước này. Tôi cũng không cố công tìm hiểu về văn hóa Việt lắm, chỉ là do vô thức, tôi có thể bị ảnh hưởng một chút từ cách sinh hoạt và suy nghĩ của mẹ tôi.

– Mẹ anh làm nghề gì khi cưới ba anh ở Sài Gòn trước 1975? – Tôi tiếp tục tò mò – Ba anh làm trong quân đội?

John không vội trả lời, anh nghiêng đầu nhìn tôi chăm chú với vẻ mặt đột nhiên nghiêm trọng. Tôi chột dạ nghĩ chắc mình lỡ lời hỏi trúng chủ đề nhạy cảm nào đó. Tôi vẫn thường nghe kể trước 1975 ở Sài Gòn chỉ có những cô gái nhảy, những tiếp viên trong các bar mà người ta gọi là vũ nữ và gái bán bar mới kết hôn với người Mỹ.

– Ba tôi là bác sĩ quân y. Mẹ tôi là y tá. Hai người quen nhau trong công việc – John cười khan – Ba mẹ tôi ly dị nhau lâu rồi, từ khi tôi rất nhỏ, tôi sống với ba và người mẹ kế người Mỹ nên càng không gần gũi với văn hóa Việt Nam. Tôi nghĩ hôn nhân giữa hai người khác gốc gác và văn hóa như ba mẹ tôi rất khó bền vững. Với cuộc hôn nhân sau, ba tôi và mẹ kế rất hạnh phúc. Còn mẹ tôi cũng tái hôn với một người Việt và sống hạnh phúc đến giờ.

– Mỹ là một đất nước có nhiều di dân đến từ khắp nơi trên thế giới – Tôi ngạc nhiên – Tôi tưởng những cuộc hôn nhân khác gốc gác là thông dụng?

– Không thông dụng như cô tưởng – John cười xòa – Tôi chưa từng có bạn gái ngoại quốc. Thật ra là, tôi chưa từng nghĩ mình sẽ thích một phụ nữ Việt Nam.

– Ý anh là? – Tôi nhíu trán bối rối – Tiếng Anh tôi không tốt, anh biết mà. Có nghĩa là bây giờ thì anh đã thích một phụ nữ Việt Nam rồi?

– Thôi được – John bật cười – Tôi xác nhận với

cô một cách rõ ràng và chậm rãi, tôi giả định nghề cố vấn y khoa của cô bắt cô phải có thói quen nghe thông tin một cách rất chính xác. Đúng, giờ tôi đang thích một phụ nữ Việt Nam và người đó là cô.

Tôi cười, hơi thấy không được tự nhiên lắm. Những lời tán tỉnh tôi nhận quá nhiều trong suốt thời gian tôi cố gắng tuyển lấy một người chồng. Thế rồi vài năm gần đây hầu như không ai tỏ tình nữa, có thể mọi người nghĩ tôi đã đóng cửa trái tim.

– Cô thấy mắc cười lắm sao? Tôi thích cô thì không ổn à? – John điềm đạm hỏi dù ánh mắt bối rối – Tôi học từ cô cách cứ thắc mắc thì phải hỏi ra. Vậy cô không phiền nếu tôi hỏi vì sao cô vẫn độc thân chứ? Trông cô rất... đáng yêu.

– Có nhiều lý do – Tôi ăn nốt miếng nấm cuối cùng còn sót lại trên dĩa – Nhưng tóm lại vì duyên số chưa tới. Tôi chưa gặp đúng người. Cũng có thể vì tôi không thực tế. Tôi không thích giống nhiều người Việt Nam khác, dù chưa yêu đến mức cần cưới nhau nhưng do tuổi tác không còn trẻ, họ cuống lên cưới đại. Và rồi dĩ nhiên họ không hạnh phúc nhưng vì ngại miệng đời, họ cũng không dám li dị. Tóm lại hôn nhân của họ không do họ quyết định mà do người khác chi phối.

– Hồi về Việt Nam tôi nghe mấy cô em bà con của tôi hay nói "Không thèm lấy chồng cho trai nó thèm"

– John cười – Thời bây giờ ở Việt Nam nhiều người giống cô, học cao, có địa vị, ưa nhìn, thu nhập tốt. Đúng là hãy cứ độc thân cho đàn ông thèm.

– Thế sao anh vẫn còn độc thân? – Tôi hỏi lại – Anh không phiền khi tôi hỏi điều này chứ? Trông anh cũng rất đáng yêu.

– Có nhiều lý do – John chống cằm tư lự – Nhưng tôi nghĩ lý do chính là tôi đam mê công việc đến mức không còn tâm trí dành cho người khác. Công việc gần như là hơi thở của tôi. Nếu lấy vợ sinh con, tôi bị mất quá nhiều thời gian. Điều này cũng có nghĩa tôi chưa gặp đúng người khiến tôi thấy công việc không phải là tất cả. Nhưng tôi linh cảm cuộc đời tôi đang thay đổi từ khi tôi gặp cô...

– Anh nói hơi quá lên rồi đó – Tôi khoát tay bối rối – Thôi mình về, tôi mệt lắm rồi. Trời ơi ba giờ sáng rồi!

John nói sẽ trả tiền bữa ăn nhưng tôi từ chối, ở Việt Nam tôi vẫn thường nghe "ăn theo kiểu Mỹ" tức là ăn xong mạnh ai nấy trả tiền phần mình. Tôi đang ở Mỹ, ăn chung với người Mỹ, tôi phải trả tiền kiểu Mỹ thôi. John cằn nhằn tôi lại hiểu lầm văn hóa Mỹ rồi đành chấp nhận để tôi chia tiền. Nhưng khi móc bóp ra, tôi phát hiện mình chỉ còn vài đô la lẻ vì mấy tờ tiền lớn trong cặp laptop tôi để lại khách sạn rồi. Không thể đòi nhà hàng cà thẻ tín dụng phần ăn của riêng tôi, thấy rạch ròi và không lịch sự, tôi đề nghị để tôi thanh toán hết bữa ăn cho cả hai.

– Anh cứ để tôi trả – Tôi quyết liệt – Thật ra là công ty tôi trả. Tôi đi công tác mà, tôi chỉ cần đem hóa đơn về là được công ty thanh toán lại hết.

– Thế thì tôi càng ngại – John khoát tay – Tôi từng làm kiểm toán viên và làm giám đốc kiểm soát tài chính, hồi đó mấy người đi công tác về đưa hóa đơn ăn uống vượt quá sức ăn của họ là tôi thắc mắc liền. Ví dụ như hóa đơn hôm nay ghi nhận cô ăn hai phần chay giống hệt nhau, không bình thường. Tôi không muốn cô gặp rắc rối với phòng kế toán đâu.

– Trời ơi! – Tôi giơ tay đầu hàng – Tôi gặp đúng dân kiểm toán rồi. Thôi anh trả hết đi. Tôi mệt quá! Coi như tôi nợ anh một bữa ăn. Biết đâu đời còn dài, tôi gặp lại anh một ngày nào đó, tôi sẽ mời anh ăn lại.

– Cô cứ cố rạch ròi quá làm gì! – John cũng bắt chước đưa tay lên đầu hàng – Được đi ăn với cô là tôi vui lắm rồi. Tôi sẽ còn sang Sài Gòn thăm mẹ tôi. Tôi sẽ tìm gặp cô và hy vọng cô lại cùng đi ăn với tôi. Ai trả tiền thì tính sau. OK?

Khi tôi về đến khách sạn, lên phòng mình và tắm nhanh để chuẩn bị đi ngủ, đồng hồ đã chỉ bốn giờ sáng. Lẽ ra tôi nên lên giường ngủ ngay không chần chừ nhưng tim tôi đang rộn ràng, hương nước hoa thiên nhiên từ cánh rừng ôn đới trên người John còn phảng phất ngất ngây. Tôi bật máy tính, nối mạng để vào facebook ghi nhanh vài dòng tâm trạng. Mẹ tôi để lại tin nhắn trong hộp thư với những dòng chữ khiến tôi rụng rời:

Sáng hôm nay thằng Bình Bảnh hàng xóm hồi trước từ Mỹ về ghé đến thăm nhà mình, vui lắm. Giờ nó có da có thịt hơn trước nên rất phong độ, mẹ thấy còn đẹp trai hơn hồi đó nữa. Bình hỏi thăm con nhiều lắm. Nó rất ngạc nhiên và tiếc rẻ khi biết con lại đang đi công tác bên Mỹ. Nó nói nó cũng còn độc thân. Mẹ nghĩ chắc nó giỡn khi nghe mẹ nói con chưa có chồng.

Tôi đọc đi đọc lại tin nhắn, ngơ ngẩn như người mất hồn. Từ lúc đặt chân lên đất Mỹ không giây phút nào tôi không nghĩ đến Bình. Cho đến khi tôi đến Chicago tối hôm nay và gặp John, tôi đã tạm quên Bình để rồi cũng cùng thời điểm, lúc tôi đang ở bên John, Bình đến tìm tôi tại Sài Gòn. Cuộc đời sao có lúc những sự tình cờ cứ chồng chéo lên nhau. Gần hai mươi năm nay sao Bình không về Việt Nam, sao anh không đến thăm tôi? Sao anh chọn lúc tôi đi công tác tại chính nước Mỹ để anh quay ngược về Sài Gòn?

Những ngón tay của tôi run lên không kiểm soát được khi tôi cố nhắn trả lời lại mẹ:

Mẹ có hỏi địa chỉ anh Bình không? Mẹ có hỏi chừng nào ảnh về lại Mỹ? Mẹ nói bốn ngày nữa con về đến Sài

Gòn rồi. Ảnh có còn quay lại thăm nhà mình không?
Ráng giữ liên lạc với ảnh.

Ráng giữ liên lạc. Nếu muốn, Bình luôn có thể liên lạc với tôi. Anh biết nhà tôi ở đâu. Chỉ tôi luôn ở thế thụ động. Tôi thấy ghét Bình quá sức. Độc thân, anh nói thật hay đùa giỡn?

Sao đột nhiên lại có lắm những gã độc thân thế này?!

Chương 8

Bầu trời sao Adler

Tôi không nhớ nổi mình đã lên bục trình bày như thế nào, các đồng nghiệp khắp nơi trên thế giới có vỗ tay khen ngợi hay không. Tôi trải qua nguyên một buổi sáng dự hội nghị của Tập đoàn KSA trong một trạng thái mơ màng vì thiếu ngủ. Trước khi bước chân vào khán phòng tôi đã uống một hơi hai tách cà phê đen, đến giờ giải lao tôi lại tranh thủ uống thêm ba tách cà phê nữa. Cà phê ở Mỹ rất nhẹ, uống mà như không uống dù quả thật có làm tôi khỏi đổ ụp xuống bàn mà ngủ gục.

– Chào An – cô đồng nghiệp người Singapore lách người đến bên tôi – Bạn đến Chicago lúc nào vậy? Tôi mới đến khuya hôm qua, giờ tôi đang buồn ngủ muốn chết, bị lệch múi giờ nè.

– Xin chào – Ms. Kim đến từ Hàn Quốc bất ngờ xuất hiện – Mọi người buồn ngủ chứ? Trời ơi nãy giờ tôi có nghe được gì đâu, lệch múi giờ.

– Tôi cũng buồn ngủ quá – cô nàng Mã Lai giơ cao tách cà phê – Giá mà ban tổ chức cho chúng ta đến Mỹ sớm một ngày để kịp lấy lại sức.

– Tôi cũng vừa đến khuya hôm qua, sáng nay đã bắt vào họp luôn – ông bác sĩ già sắp về hưu của Thái Lan cằm rằm – Họ bắt đám châu Á chúng ta bay nửa vòng trái đất đến Mỹ, mệt chết mà không cho nghỉ tí nào. Cái bọn Tài chính bần tiện đó kiểm soát ngân sách gắt gao, không chịu trả cho mình thêm một đêm khách sạn. Họp xong lại bắt check-out liền, lại bay nửa vòng trái đất về nước. Tụi mình là con người, chứ có phải là robot đâu chứ!

Mọi người nhao nhao lên phàn nàn ban tổ chức hội nghị. Mắt ai cũng đỏ lừ vì thiếu ngủ, trông mệt mỏi và bệ rạc. Tôi không dám nói mình đã đến Mỹ từ vài ngày nay, hôm qua đến Chicago khuya thật, nhưng không phải bay từ tận Việt Nam sang. Mọi người từ châu Á đến Chicago dự hội nghị trước, sau đó đa phần đều ở lại Mỹ thăm thân nhân ở các bang khác. Tôi làm ngược họ, đến Mỹ chơi trước, dự hội nghị ở Chicago sau rồi sẽ về Việt Nam luôn. Mặc dù vậy, với đôi mắt trĩu nặng, tôi hòa vào đám đông càm ràm mình cũng đang bị lệch múi giờ.

– Chắc tôi phải bỏ ăn trưa lên phòng ngủ một giấc quá – Ông bác sĩ Thái Lan bóp trán mệt mỏi – Giờ giải lao của buổi chiều chắc có nhiều đồ ăn vặt, tôi sẽ ăn vào lúc đó vậy.

– Chắc tôi cũng bỏ ăn trưa.

– Chắc tôi cũng sẽ đi ngủ!

– Tôi cố chịu đến giờ ăn trưa – Tôi phụ họa theo mọi người – Rồi tôi cũng lên phòng ngủ một giấc ngắn.

Hội nghị toàn cầu nên số người tham dự đến từ khắp năm châu bốn bể, đồng nghiệp đến từ Mỹ là đông nhất, họ từ đủ các tiểu bang đổ về cười nói rôm rả. Được đi dự hội nghị toàn cầu vừa là một vinh dự trong nghề nghiệp, vừa là một chuyến đi chơi miễn phí. Người này làm quen người kia, trao đổi danh thiếp, tay bắt mặt mừng. Trong một rừng người ồn ào đó, nhóm châu Á chúng tôi có ngáp trẹo quai hàm cũng chẳng ai quan tâm. Đến giờ ăn trưa, nhóm "bị lệch múi giờ" bỏ ăn, lục tục kéo nhau lên phòng ngủ thật. Tôi không chắc mấy người kia ngủ một giấc ngắn hay làm luôn một giấc dài, riêng tôi đóng sầm cửa lại, tắt điện thoại di động, kéo màn cửa sổ tối om rồi gieo mình xuống giường, không màng ngoài kia đang xảy ra chuyện gì nữa. Cái lợi của một hội nghị hàng vài trăm người là sẽ chẳng ai nhận ra đang thiếu vắng một vài đồng nghiệp châu Á bé nhỏ.

Dù tự trấn an sự vắng mặt của mình không ai quan tâm đến, tôi không ngủ được sâu mà cứ thon thót giật mình sau từng cơn mộng mị. Tiềm thức gọi tôi dậy với biết bao trách nhiệm nặng nề. Dù sao tôi đổ đường từ Việt Nam sang Mỹ lần này là để dự hội nghị toàn cầu, dù sao tôi đến Chicago với tư cách là trưởng phòng Y vụ, tôi đang sử dụng ngân sách của Tập đoàn KSA để đi công tác. Đây không phải là kỳ nghỉ phép, chiếc giường êm ái trong khách sạn năm sao này không do tiền túi tôi bỏ ra.

Thế là tôi ngồi dậy với ý chí mạnh mẽ phải thắng cơn buồn ngủ và trở xuống tầng dưới họp tiếp. Ráng lên, vài tiếng nữa là tới giờ Welcome Dinner, tôi sẽ được ăn tối ở một bảo tàng nhỏ nào đó rất đặc biệt ở Chicago.

Khi tôi "touche" lại nhan sắc, xách tập hồ sơ đàng hoàng bước ra thang máy để trở lại phòng họp, một tốp người ồn ào đột ngột đẩy cửa từ bên trong tràn ra. Tôi nghe họ ríu rít trao đổi với nhau sẽ trở lên phòng thay đồ thật đẹp để nửa tiếng nữa sẽ trở xuống sảnh, ra xe cùng đi Welcome Dinner.

– Ê, cô đây rồi – Ông bác sĩ người Thái Lan chen đến bên tôi – Cô ngủ lâu thật đó, cô trốn luôn nguyên buổi chiều.

– Sao? – Tôi ngớ người – Mấy giờ rồi?

– Thôi đừng giả bộ nữa – Ông ta cười tít mắt – Chiều hôm nay mọi người chia nhóm ra thảo luận, nhóm các nước châu Á ngồi với nhau, thế là ai cũng phát hiện các đám lệch múi giờ của chúng ta trốn hết ba phần tư, ha ha ha...

– Ông nói sao? – Tôi ú ớ – Chương trình ghi là chiều nay phải nghe tiến sĩ gì đó phát biểu mà!

– Chương trình thay đổi vào giờ chót, nên ban tổ chức dời phần thảo luận theo nhóm của ngày mai lên – Ông đồng nghiệp Thái Lan lại cười khoái trá – Cô ngủ lâu thật đó. Mấy người kia từ từ lục tục rồi cũng vào, còn cô chờ đến giờ kết thúc mới xuống, ha ha ha

– Chết tôi rồi, sao không ai chịu lên phòng gọi tôi dậy? – Tôi hoảng thật sự – Ông là trưởng nhóm châu Á, ông phải lên gọi tôi dậy chứ!

– Tôi nói giúp với ban tổ chức cô bị trúng thực, buổi trưa đau bụng quá, cô xin phép tôi lên phòng nghỉ rồi – Ông bác sĩ già nheo mắt nghịch ngợm – Tối nay cô phải cảm ơn tôi bằng cách uống với tôi cho say mềm đó! Thôi, trở lên phòng thay đồ đẹp đi, đây là chương trình tối nay nè. Nhớ xuống sảnh đúng giờ đó nhe, chờ tôi ở quầy bán hàng souvenir!

Làm việc trong các tập đoàn đa quốc gia, có một thú vui là người ta sẽ có mối quan hệ với rất nhiều đồng nghiệp nước ngoài, dù những mối quan hệ đó cũng không sâu sắc gì. Ông bác sĩ Thái Lan này tôi gặp nhiều lần trong những kỳ họp vùng châu Á mà mãi vẫn không nhớ nổi tên. Và ngược lại tôi cho là ông cũng không nhớ tôi tên gì. Ông đặc biệt thích uống rượu, lần nào ăn tối chung ông cũng muốn tôi cạn ly nhưng tôi cương quyết nói mình không uống được. Nếu ai nghĩ bác sĩ là những người cự tuyệt đồ uống có cồn thì họ sai lầm to, bác sĩ uống rất khiếp. Cụ thể là cái ông Thái Lan này. Ông làm việc cũng lèn èn thôi vì sắp về hưu rồi nhưng có dịp ăn chơi thì ông tỏ ra vô cùng năng động. Nghe đồn ngày trước ông là một bác sĩ giỏi làm việc trong bệnh viện nhưng có một sự cố khiến ông bỏ ra ngoài, đi làm cho các hãng dược. Ông có nhiều mối quan hệ với quan chức Bộ Y tế nên Tập đoàn trọng vọng.

Tôi trở lên phòng, không muốn thay đồ gì đẹp cả mà sẽ mặc nguyên bộ veste màu beige kín cổng cao tường này. Tôi không thích làm theo lời yêu cầu của đàn ông, nhất là cái ông Thái Lan đó dường như tự cho là mình có khiếu tán tỉnh phụ nữ. Ông thấp bé, tóc hoa râm, bụng cũng không còn thon, chỉ có đôi mắt là ánh lên sự linh hoạt. Tôi không thích đàn ông có "nhan sắc" khiêm tốn mà cứ tưởng mình duyên dáng lắm. Nói như mấy em tuổi teen trường hợp này là "xấu nhất mà cứ tưởng mình đẹp nhì".

Tôi ngồi phịch xuống giường, mở hộp phấn hồng thoa thêm một chút. Có thể bản tính duy mỹ khiến tôi luôn mê đàn ông đẹp. Không chỉ đẹp trai mà còn giỏi nữa, như Bình Alain Delon hay John-độc-thân tôi mới quen. Những người đàn ông đi qua cuộc đời tôi, dù là đi sướt qua hay đi chầm chậm trong một khoảng thời gian nhất định nào đó, đều tuấn tú và cao hơn tôi một cái đầu cả về nghĩa đen lẫn nghĩa bóng. Nếu ai đó nghĩ rằng chỉ có những cô bé tuổi teen mới mê trai đẹp hoặc những cô nàng không có não mới ham trai đẹp thì họ sai rồi. Phụ nữ trí thức cũng mê vẻ đẹp hình thể không thua gì nam giới!

Tôi quyết định trở xuống sảnh dù chưa tới giờ. Và tôi cũng đứng ngay quầy bán souvenir dù không cố tình nghe theo lời dặn của ông bác sĩ Thái Lan. Một vài nhân viên của công ty tổ chức sự kiện cho hội nghị của Tập đoàn KSA đi tới đi lui, tay cầm bảng giơ cao, ghi rõ giờ lên xe và nơi sẽ diễn ra buổi Welcome Dinner là Adler Planetarium. Tôi sực nhớ lúc nãy ông Thái Lan có đưa tôi tờ brochure có giới thiệu về nơi này nên lục giỏ lấy ra đọc. Tôi đổi việc qua nhiều Tập đoàn dược phẩm, đi hội nghị ở nước ngoài cũng thường xuyên, chưa khi nào tôi thấy ban tổ chức lại chu đáo đến mức tỉ mỉ như lần này. Tối hôm qua khi tôi nhận phòng cô receptionist đã đưa bộ hồ sơ chương trình hội nghị, khi lên đến phòng thì nhận được thư chào đón ghi rõ họ và tên tôi đặt trên giường. Buổi sáng xuống sảnh đã có những poster dựng ngay lối ra thang máy hướng dẫn chỗ ăn sáng, nhắc lại giờ sẽ vào khán phòng, thông báo yêu cầu người tham dự đeo bảng tên. Giờ chuẩn bị đi ăn tiệc Welcome Dinner thì được phát trước brochure giới thiệu nơi sắp đến.

Tôi từng đi hội nghị kết hợp ăn tối trong viện bảo tàng trưng bày tranh cổ hay các nhà hát giao hưởng đậm đặc chất nghệ thuật ở các nước châu Âu. Đây là lần đầu tiên tôi tham dự sự kiện ở một nơi được xem là bảo tàng Thiên văn nơi trưng bày các thứ về vũ trụ, cảm giác kỳ lạ và háo hức cứ như sắp được lên mặt trăng.

– À cô đây rồi – Ông bác sĩ Thái Lan bất thần reo to sau lưng tôi – Cô đọc tờ chương trình chăm chú thế!

– Họ sẽ cho mình đến một nơi có nhiều mô hình về phi thuyền, mình sẽ ăn tối dưới bầu trời đầy sao nhân tạo – Tôi cười – Chắc mình sẽ vừa ăn vừa bay lơ lửng.

– Cô không thay đồ dự tiệc tối à? – Ông Thái Lan không hài lòng – Cứ đóng bộ thế này nóng bức lắm!

– Tôi e là tối nay nhiệt độ xuống thấp đó – Tôi mím môi dọa ông già – Ông mặc áo ngắn tay cũn cỡn thế này rồi sẽ phải hối hận.

– Bên cạnh cô, tôi không bao giờ thấy lạnh – Ông ta nở một nụ cười tự cho là quyến rũ – Hãy chờ xem...

Tôi bật cười. Những người đàn ông sắp đến tuổi hưu luôn vội vã tán tỉnh các cô đồng nghiệp trẻ hơn trước khi quá muộn. Ông biết tôi chưa có chồng, tôi lại không còn quá trẻ để hoặc là đeo theo ông cứng ngắt hoặc là liếc xéo ông một cái đầy kiêu ngạo. Tôi chỉ biết cười, vô thưởng vô phạt. Thật ra tôi không phải là người chưa lập gia đình duy nhất trong nhóm cố vấn y khoa của Tập đoàn KSA, đặc biệt là nhóm châu Á. Mấy cô nàng kia đa phần đều lớn tuổi hơn tôi, có người trông khắc khổ như chị Hồng Kông, chị Singapore, có người tươi như hoa như chị Nhật Bản và chị Hàn Quốc. Có trời mới biết vì sao họ chọn cuộc sống độc thân. Cũng có thể ở nước họ, phụ nữ học cao, có chức vụ quan trọng, làm việc trong tập đoàn lớn thì cũng khó kiếm đối tác như ở Việt Nam chăng? Riêng chị Nhật Bản nói rõ chị chủ động sống độc thân vì lấy chồng phiền quá.

Khi chúng tôi yên vị trên xe và bắt đầu đến Adler Planetarium, tôi nhận được tin nhắn từ John. Anh hỏi tôi có chút thời giờ nào giữa những lúc hội họp bận rộn để gặp lại, anh sẽ hướng dẫn tôi tham quan Chicago một chút. Tôi chẳng biết trả lời thế nào, bần thần nhìn ra ngoài cửa xe rồi bắt chước những đồng nghiệp khác, đưa điện thoại lên chụp hình Chicago đang dần chìm vào hoàng hôn.

Adler Planetarium hiện ra có hình dáng giống... một ngôi đền Hồi giáo với mái che hình bán nguyệt, xung quanh là cờ Mỹ bay phần phật trong gió. Chúng tôi xuống xe thay phiên nhau chụp hình với bối cảnh Adler Planetarium sau lưng hoặc quay ngược lại để thấy hồ Michigan đang trong ráng chiều tà, mặt trời tỏa ánh sáng cam hắt xuống mặt hồ phản chiếu hàng vạn tia lửa nhỏ. Rất nhiều người diện áo đầm hở vai bắt đầu run lên trong gió, một số đồng nghiệp nam cởi áo veste đang mặc trên người đưa cho họ mượn rồi đám đông nhanh chóng lục tục chui vào bên trong.

Tôi không mấy vội và khoái chí đứng nhìn ông bác sĩ Thái Lan đang giả bộ can trường trong gió lạnh đứng khoanh tay tạo dáng chụp hình với mấy em đồng nghiệp trẻ người Đông Âu. Trông ông khôi hài vì quá nhỏ bé bên cạnh các cô nàng cao hơn ông cả cái đầu, họ líu ríu đùa giỡn rồi cũng nhanh chóng mất hút vào bên trong tòa nhà tránh rét.

– Này, ở lại chụp hình với tôi chứ! – Tôi chạy theo níu tay ông Thái Lan lại – Đứng hướng này, đúng rồi.

– Trời ơi lạnh quá! – Ông bác sĩ gần như nhảy lò cò – Nãy giờ cô ở đâu, bây giờ mới đòi chụp hình.

– Thêm một tấm lấy bối cảnh hồ Michigan phía sau nữa – Tôi kéo tay ông đứng hướng khác – Ráng chiều đẹp quá!

– Thôi đủ rồi, đủ rồi – Ông Thái Lan không che

giấu, tự ôm lấy vai mình co ro – Tôi cảm lạnh mất thôi, trời ơi tôi không còn trẻ như cô đâu, già rồi, già rồi.

Tôi cười nắc nẻ, níu tay ông già và cả hai cùng vào bên trong. Rõ ràng là ông vẫn đang lạnh run lên, thiếu điều tôi hối hận quá định cởi áo veste của mình cho ông mượn mà mặc. Tôi không đủ sức "hot" làm một ông già ấm lên nên chụp ngay lấy một ly rượu chát khai vị người phục vụ bưng ngang đưa cho ông Thái Lan uống.

– Cô ác lắm nhé! Tôi già rồi mà bắt tôi ở ngoài trời gió – Ông bác sĩ hồng lên một chút sau khi uống cạn ly rượu – Chắc lúc trẻ cô nghịch ngợm lắm, bao nhiêu chàng trai chết với cô.

– Giờ tôi vẫn còn trẻ đấy thôi – Tôi mỉm cười tự tin – Ông không nghĩ vậy sao?

– Ý tôi là lúc cô trẻ hơn bây giờ – Ông ta phá lên cười – Này, đừng bao giờ lấy chồng nhé, uổng lắm. Hãy cứ độc thân và vui vẻ như thế này.

– Nhưng ai sẽ chăm sóc tôi lúc tôi đã già yếu đây – Tôi hỏi lại, thành thật đến run giọng – Khi đó tôi không vui vẻ được nữa đâu.

– Chứ cô nghĩ lấy chồng thì sẽ được chăm sóc à! – Ông bác sĩ cười khà – Chính cô mới là người phải chăm sóc lão chồng già với biết bao là bệnh tật.

– Thật sao? – Tôi ngỡ ngàng.

– Thôi uống với tôi, uống vì một tương lai ai rồi

cũng phải già – Ông Thái Lan thở hắt – Sinh, lão, bệnh, tử. Cuộc đời làm bác sĩ trị bệnh và bác sĩ đi bán thuốc tây như tôi rõ chuyện này lắm!

Bên trong Adler Planetarium được phân làm nhiều gian phòng nhỏ, chúng tôi đi ngang những mô hình phi thuyền, những chiếc máy giúp người chơi có cảm giác mình đang bay trong không trung, những chiếc hộp thủy tinh trưng bày những mảnh đá mặt trăng. Buổi tiệc của Tập đoàn KSA được đặt trong một gian phòng mái vòm với ánh sáng xanh rất dịu, ngước lên là bầu trời đêm và những vì sao lung linh. Chúng tôi như đang ở một nơi nào đó bồng bềnh, một cảm giác không có thực dù thừa biết trời-mây-trăng-sao đều là nhân tạo cả.

Mọi người bắt đầu chầm chậm sà vào các dãy bàn bày thức ăn và đứng tụm thành từng nhóm nhỏ chuyện trò. Trong khung cảnh nhộn nhịp của buổi tiệc, tôi thấy mình đứng một mình trong góc, lạc lõng, buồn tênh. Trong khán phòng này mọi người đều có nhiều điểm chung với tôi, cùng làm trong một tập đoàn, cùng là giới y khoa, cùng quan tâm đến những vấn đề chuyên môn trong hội nghị. Tôi nhìn ông bác sĩ người Đức có mái tóc dài ngang vai lãng tử, đôi mắt thật đẹp như một tài tử cinéma. Thật tiếc vì mọi người đồn ông đồng tính. Ông mà sống ở Việt Nam chắc không thể làm bác sĩ vì người đời mặc định bác sĩ không bao giờ để tóc dài và càng phải có vợ con đàng hoàng. Tôi ngắm cô bác sĩ người Rumani chân dài ngút mắt đang rất quyến rũ trong bộ đầm dạ hội hở vai. Tôi biết cô cũng chưa có chồng và đang lên kế hoạch thụ thai nhân tạo. Ông Thái Lan nói rằng có thể đây là hội nghị toàn cầu cuối cùng ông được dự trước khi về hưu. Ông sẽ đau khổ lắm nếu phải rời xa môi trường công việc và thấy mình không còn có ích nữa.

Tất cả những người đứng trong khán phòng này ai cũng có những vấn đề để lo nghĩ, có ai thật sự hạnh phúc, có ai thật sự thong dong, có ai hoàn toàn đang tận hưởng buổi tiệc sang trọng?

Tôi nghĩ mình phải trả lời tin nhắn của John, không nên trì hoãn nữa. Một người không còn quá trẻ như tôi chẳng nên xử sự đỏng đảnh và nên biết quý trọng những tình cảm người khác dành cho mình, dù tình cảm đó rồi cũng sẽ không đi đến đâu.

"Tôi rất vui nhận được tin nhắn của anh. Tối nay tôi đang dự Welcome Dinner với công ty. Sáng sớm mai trước khi lại vào hội nghị, tôi muốn đi dạo hồ Michigan đối diện khách sạn. Nếu anh không phiền, tôi sẽ cùng đi dạo với anh lúc 6 giờ sáng. Hẹn tại sảnh khách sạn."

Tôi chắc John không thể thức vào giờ đó. Thế là tôi vừa thể hiện được sự cảm kích, vừa có thể khỏi gặp lại anh.

John nhắn lại tức thì, cứ như anh đang trong trạng thái chờ tôi trả lời vậy.

Chương 9

Có đuối cũng đáng

Chicago tối nay trời gió mạnh và nhiệt độ xuống thấp hơn hẳn khuya hôm qua. Khi xe đưa chúng tôi từ Adler Planetarium về lại khách sạn Hilton, một số đồng nghiệp rủ nhau đi bar nghe nhạc jazz, ông bác sĩ Thái Lan cũng tham gia chung nhóm này. Tôi cùng cô Hàn Quốc đi bộ một đoạn ra con phố shopping State Street, vào tòa nhà

Macy's với mong muốn mua sắm một ít nhưng chưa mua được gì thì cả hai đều thấy nản vì áo quần và túi xách đa phần "Made in China".

– Ở Seoul tôi không thiếu cái gì cả – cô Hàn Quốc bất bình – Thượng vàng hạ cám, từ hàng hiệu đến hàng chợ, chất lượng nào có cái giá tương xứng của nó. Sao chúng ta bay thật xa mãi tận châu Á đến Mỹ để mua áo đầm "Made in China" với giá dành cho người Chicago?

– Đáng lý phải như thị trường dược phẩm – Tôi đồng tình – Thuốc sản xuất tại Mỹ hay tại Pháp dưới thương hiệu lớn như KSA có cái giá thật cao, người bệnh sẽ vô cùng an tâm. Còn thuốc nhái công thức sản xuất ở Ấn Độ hay Trung Quốc thì bán rẻ bèo. Nơi sản xuất cũng quan trọng lắm chứ!

– Thôi đừng có mắc bệnh nghề nghiệp nữa – Kim bật cười – Hay mình mua mỹ phẩm đi, vì dược phẩm và mỹ phẩm là hai loại hàng hóa không thể cho sản xuất ở chỗ khác được, đúng bon "Made in the USA".

– Tôi quen xài mỹ phẩm của Pháp – Tôi lắc đầu từ chối.

– Ờ, nói vậy chứ tôi cũng quen xài mỹ phẩm Hàn Quốc – Kim nhún vai – Hay mình đi mua multi-vitamin, đem về làm quà cho mấy người lớn tuổi. Ba mẹ tôi ham thuốc bổ của Mỹ lắm.

– Thật hả? Họ không dùng sâm Hàn Quốc sao? –

Tôi bật cười – Ba mẹ tôi thì dặn bay quá cảnh ở Seoul thì nhớ mua sâm về cho họ. Đúng là mấy người già sính ngoại quá ha!

Cả hai chúng tôi cười to. Tự dưng thấy thân quen nhau hơn một chút nữa. Cô đồng nghiệp này mới vào công ty KSA được một năm thôi, gặp tôi lần này là lần thứ hai. Tôi cũng không nhớ cô tên gì, chỉ gọi theo họ là Ms. Kim. Kim có vẻ ngoài nghiêm trang và luôn đóng bộ đĩnh đạc trong các loại áo veste công sở. Cô nói ở Hàn Quốc, được làm trong tập đoàn đa quốc gia với chức danh Trưởng phòng như cô là đáng mơ ước lắm.

– Nếu chúng ta không muốn shopping nữa – Kim nhìn tôi dò xét – thì tìm một quán bar nào đó để thác loạn hết đêm nay đi!

– Sao lúc nãy mấy người kia rủ nhau đi quán bar nghe nhạc jazz cô không đi chung? – Tôi hơi ngạc nhiên – Tôi không thích quán bar lắm, vì không uống được rượu và chịu không nổi mùi thuốc lá!

– Tôi đâu thích vô quán bar ở Chicago chỉ để nghe nhạc jazz – Kim thành thật – Phải làm cái gì đó thật sự thác loạn! Nên tôi càng không thích đi với những người quen cùng làm chung trong Tập đoàn KSA.

– Thác loạn là sao? – Tôi nhíu mày – Uống rượu say mèm? Chơi thuốc kích thích? Nhảy nhót đập phá?

– Phải có thêm sex nữa – Kim bật cười trước thái

độ bối rối của tôi – Mà sex nặng đô chứ không phải loại thông thường đâu...

– Thật chứ? – Tôi cũng cố bật cười – Cô thích thác loạn tới mức đó?

– Ừ, tôi không phải thiếu nữ mười tám để cố giữ gìn trinh tiết, tôi cũng không phải phụ nữ đã lập gia đình cần phải chung thủy với chồng – Kim ra vẻ thờ ơ để giải thích một vấn đề nhạy cảm – Mỗi khi đi công tác nước ngoài, tôi tận dụng để được thoát ra khỏi con người buồn tẻ thường nhật. Tôi thoát khỏi bộ váy áo đĩnh đạc, thoát khỏi vẻ chuyên nghiệp của một trưởng phòng, thoát khỏi những định kiến trói buộc. Thế là thác loạn! Cô không thể sao?

– Tôi? – Tôi bất ngờ trước câu hỏi thẳng thừng của cô Hàn Quốc – Có chứ! Tôi cũng sẽ làm gì đó điên khùng, ở Mỹ, có ai biết tôi là ai, tôi cũng sẽ thác loạn...

Kim không chắc tôi nói thật hay chỉ đang cố a dua theo. Hai chúng tôi khoác tay nhau ra khỏi tòa nhà Macy's, rảo bộ tìm kiếm một chỗ hứa hẹn sẽ thác loạn. Thật sự, nếu phải thác loạn theo kiểu nặng đô như Kim, tôi làm không nổi. Tôi không tài nào uống rượu, cái thứ chất lỏng đắng nghét rất đắt tiền làm biến đổi thần kinh và tàn phá sức khỏe. Tôi cũng không hút được thuốc lá, ngửi khói thôi cũng đủ làm tôi lên cơn suyễn rồi. Còn cái vụ sex bạo liệt không theo kiểu thông thường nữa, nghe là nổi hết da gà. Tạng của tôi phải nhẹ nhàng, lãng mạn, để cảm xúc dâng lên từ từ. Và nhất là phải có tình yêu.

— Mình vô đây uống tạm vài ly rượu cho nóng người đi — Kim chỉ tay vào một cái quán tối om — Rồi hỏi tụi trong đó chỗ nào đi quậy tiếp!

— Ngày mai mình còn phải họp đó — Tôi lúng túng viện cớ — Phải thảo luận theo nhóm có sự hướng dẫn của sếp bên Tập đoàn, trốn không được đâu. Mà bây giờ là mười giờ tối rồi.

— Tôi biết cô sợ mà — Kim cười phá lên — Thì cứ vô đây uống vài ly cocktail đã. Chưa đến lúc thác loạn đâu mà lo.

— Tôi không... — Tôi từ chối yếu ớt.

— Vô đi, tôi mời cô một ly nước trái cây? — Kim quyết liệt kéo tôi vào — OK?

Tôi tưởng tượng cảnh Kim uống say mèm rồi ói mửa lung tung, bắt tôi phải dìu cô như một xác chết về khách sạn như trong mấy bộ phim Hàn Quốc. May thay cô chỉ "thác loạn" đến mức cởi veste ra khoe chiếc áo ren bó sát vào bộ ngực "chấp nửa trái", hút phì phèo liên tục ba điếu thuốc và uống vỏn vẹn một ly cocktail có màu xanh như ngọc rồi hai chúng tôi thong thả đi bộ về khách sạn Hilton. Chắc cái vụ sex nặng đô kia cũng là do Kim huênh hoang cho vui dù khi tôi gặng hỏi về mức độ thực hư, Kim bí hiểm trả lời "Trải nghiệm về sex là một trong những trải nghiệm tuyệt vời, càng bạo liệt bao nhiêu, càng... bấy nhiêu!". Tôi không chắc Kim bỏ lửng câu vì không dám nói toạt ra hay vì vốn từ trong tiếng Anh bị hạn chế. Cả hai chúng tôi cười sảng khoái, tôi ra vẻ đồng tình, gật đầu lia lịa.

– Thật ra, tạng cô không phải thế! – Trong thang máy Kim nhìn tôi chăm chú –Tôi biết cô thích loại tình yêu lãng mạn và kiểu tình dục an toàn.

– Đúng rồi – Tôi cười xác nhận – Tôi vẫn đang tìm cho mình một người tình lãng mạn. Lãng mạn có gì sai mà cô nhìn tôi "khinh bỉ" thế?

– Vì nó quá xa xỉ – Kim khoát tay – Nhất là ở độ tuổi này.

– Tuổi này thì sao – Tôi phản đối yếu ớt – Tôi từng chứng kiến nhiều ông bà già đi không nổi vẫn yêu nhau bằng tình yêu lãng mạn, chăm sóc nhau, vuốt ve nhau, nói với nhau những lời êm dịu...

– Thì tuổi đó hết xí quách rồi. Làm sao hưởng thụ sex nặng đô được nên phải đành lãng mạn thôi – Kim cười phá lên – Nghe tôi đi, ở độ tuổi của chị em chúng ta, phải tận hưởng sex càng nhiều càng tốt, trước khi quá muộn. Đây, tôi cho cô cái này, phòng khi cô bất ngờ cần đến...

Trước khi biến mất vào phòng mình, Kim mở túi xách lấy ra cho tôi một cái bao cao su. Cô này đúng là có ý định thác loạn thật nên đi công tác xa mà thủ sẵn "đồ chơi" trong túi. Tôi cầm cái vật nho nhỏ đó trong tay, cười một chặp rồi cũng cẩn thận cất vào trong giỏ. Thật ra, tôi khó có cơ hội sử dụng nó, dù là sáng sớm mai tôi sẽ gặp một người đàn ông độc thân hấp dẫn để cùng đi dạo. Đi dạo gì thì dạo, chúng tôi không thể "đi xa" đến mức đó.

Trong khi chờ đợi đến bình minh cùng đi dạo với John, khuya đó tôi lại mơ về một người đàn ông khác. Hai giờ sáng tôi thức dậy với đầy ắp những hình ảnh của xóm nhỏ thân thương vùng Tân Định, với những lần đi xem phim ở rạp Văn Hoa trên đường Trần Quang Khải, và dĩ nhiên với những lần sang nhà anh hàng xóm đẹp trai nhịp chân cùng nghe nhạc Pháp. Trong suốt một khoảng thời gian dài từ lúc tôi mới là con nhóc sáu tuổi cho đến lúc tôi mười tám tuổi, những thước phim quay chậm đó đã lần lượt chiếu qua những giấc chiêm bao ngắn ngủi.

Tôi đã cố tình không check e-mail hoặc vào facebook để đừng nhận bất cứ tin tức gì từ Việt Nam, thật ra là từ mẹ tôi. Tôi biết mẹ tôi sẽ tiếp tục cố gắng kể lể thêm nhiều chi tiết về cuộc gặp bất ngờ sau gần hai mươi năm với Bình Bảnh. Mẹ tôi, gia đình tôi và cả cái xóm nhà tôi chắc không ai biết tôi thích anh, bản thân Bình chắc cũng không ý thức được cô bé hàng xóm nhỏ hơn mình nhiều tuổi đã thầm say mê anh. Cho tới khi hai chúng tôi trôi bềnh bồng trên chiếc Giấc Mơ khắp phố Sài Gòn trước ngày anh đi Mỹ.

Suốt những năm dài đã qua, tôi không phải lúc nào cũng nhớ đến Bình khi cuộc sống của một cô gái hướng ngoại như tôi có quá nhiều cơ hội để gặp gỡ và vướng vào lưới tình với kha khá những chàng trai lý tưởng khác. Vậy mà thỉnh thoảng tôi lại mơ thấy Bình, thấy lại cảnh tôi ôm anh từ phía sau, thẹn thùng và sung sướng. Phố xá Sài Gòn cứ dập dềnh trong ánh đèn đêm, hai chúng tôi trôi đi trong hân hoan, bỏ lại sau lưng mọi định kiến trên đời.

Và tôi luôn thức giấc với cảm giác nóng rẫy, ngất ngây, ngập tràn hạnh phúc của đỉnh cao ái tình. Cái cảm giác mà nhiều khi ở cạnh một người đàn ông thật sự chưa chắc người ta có thể đạt được. Nhiều đêm thức giấc sau những giấc mơ như thế, tôi tự hỏi vì sao khi thức tôi không còn nhớ gì về Bình, anh chìm hẳn vào quên lãng như thể chưa từng tồn tại trong cuộc đời tôi. Nhưng tôi vẫn thỉnh thoảng mơ thấy anh với một cảm giác rõ rệt như thể tôi mới xa anh ngày hôm qua. Có thể đó là tiềm thức. Tiềm thức tôi mãi in dấu Bình, và cũng chỉ là Bình của những ngày xưa đó. Chưa bao giờ tôi mơ thấy anh với hình ảnh hai chúng tôi gặp lại nhau sau ngày anh đi Mỹ.

Tiềm thức là nơi cất giấu những gì sâu kín nhất,

có thể muốn nhớ nhưng cũng có thể rất muốn quên. Như một người khác mà tôi rất muốn quên nhưng tiềm thức cứ bắt tôi chiêm bao thấy lại. Đó là cô Út, người cô trẻ tuổi đi vượt biên và mất tích trên đại dương mênh mông. Mỗi lần nằm mơ thấy Bình hoặc cô Út rồi thức giấc giữa đêm khuya thanh vắng, tôi ước gì có thể quay ngược lại thời gian, dù tôi có phải trả bù bằng những năm tuổi thọ sau này. Tôi sẽ cố gắng ghì giữ cô Loan lại, sẽ khóc lóc, níu áo, lăn lộn. Tôi sẽ làm mọi chiêu trò để cô đừng ra đi. Và tôi cũng sẽ làm như thế để Bình đừng đi, đừng ra khỏi cuộc đời tôi để rồi chỉ trở lại trong những giấc chiêm bao, vào những lúc tôi không mong chờ nhất.

Vậy mà bây giờ anh đang trở lại với cuộc đời tôi, không phải trong những giấc chiêm bao, nhưng cũng lại vào lúc tôi không mong chờ.

Với những hình ảnh của Bình còn bám đầy cơ thể, tôi lò dò đi xuống sảnh tiếp tân tìm đón John lúc trời còn tối đen như mực. Tôi biết khuôn mặt mình đang chảy sệ, tướng đi thì căng cứng bất thường và nụ cười méo mó sượng ngắt trên môi.

– Chào, chào – John tươi tắn đưa tay về phía tôi – Ngoài kia trời còn lạnh lắm, em có chắc muốn ra hồ đi dạo hay chúng ta ngồi đây một chút đã...

– Ra luôn đi – Tôi thều thào – Cho đúng với kế hoạch đã lập.

– Đúng kế hoạch đã lập? – John bật cười – Nhưng lúc nào chúng ta cũng có thể áp dụng kế hoạch phòng hờ mà.

– Nhưng chúng ta chưa từng bàn đến kế hoạch phòng hờ – Tôi mệt mỏi đáp.

– Anh tưởng em là một người lãng mạn thích những phút giây bất chợt – John kéo cao cổ áo giọng hơi phật ý – Té ra em cũng chỉ là một người sống theo kế hoạch thôi.

Tôi muốn nói nếu có thể thay đổi kế hoạch vào giờ chót, tôi muốn hủy cái hẹn cùng đi dạo ngắm bình minh bên hồ Michigan với John để trở lên phòng ngủ thêm hai tiếng nữa trước khi lại phải vào họp. Tôi hơi hé môi lên nhưng lý trí kịp kéo miệng tôi ngậm lại. John nhận ra vẻ bất thường và thái độ vô cùng uể oải của tôi. Nhưng anh không phải dạng người thích chiều theo những bất thường của người khác. Thế là hai chúng tôi đều có vẻ không vui, dấn bước ra ngoài khách sạn.

Trời hãy còn mờ sương, gió sớm cắt ngọt vào da mặt tôi dù trời đã sang xuân. Tay tôi lạnh cóng phải đút nhanh tức thời vào túi áo. Chúng tôi băng qua đường, lặng lẽ đi bên nhau, vượt qua vài khoảng cỏ xanh và những hàng cây lờ mờ không rõ hình dáng. Hồ Michigan hiện ra trong làn sương mù lãng đãng. John đột nhiên chạy tại chỗ rồi bỏ tôi ngơ ngác để chạy dọc theo bờ hồ. Tôi không thích cảm giác bị bỏ lại và cũng không muốn đứng yên chết cóng nên co giò chạy thục mạng đuổi theo.

Giá mà có ai chụp dùm tôi bức hình này để tôi post lên facebook với dòng chữ "Rượt trai đuối hàng". Và giá mà có ai chụp thêm một bức nữa với chú thích "Có đuối cũng đáng!" vì trời ơi, chạy từ đàng sau, tôi trông rõ mồn một cái lưng thẳng khỏe mạnh rất đàn ông, cặp mông săn đang nẩy đều khiêu khích và bộ đùi đầy cơ rất dẻo dai.

Nếu bắt tôi đuổi theo một thằng cha lùn tè, bụng phệ và nói chung là cái gì cũng phệ thì tôi dừng lại thở dốc lâu rồi. Tôi tiếp tục tiến lên phía trước dù nhiều lúc hụt hơi muốn quỵ đến nơi. Thế rồi tôi nhận ra cơ thể con người, kết hợp cùng quyết tâm cao có thể làm nên một điều vô cùng kỳ diệu, vào lúc mình tưởng là đã đạt ngưỡng hết chịu nổi, một sức mạnh mới lại bật ra, dạt dào, sung mãn, càng thúc đẩy mình tiến về phía trước nhanh hơn nữa.

Thế rồi những ánh nắng đầu tiên xuất hiện. Tôi thấy cái dáng đang chạy thong dong của John được một quầng sáng màu cam ấm áp chụp xuống. Mái tóc anh ánh lên sáng rực, nắng vàng chảy dọc theo đôi cánh tay đang vung nhẹ, rớt xuống những gót chân đang nâng lên đáp xuống nhịp nhàng. "Mặt trời ló dạng rồi kìa" – John đột ngột dừng lại chỉ ra mặt hồ – "Lần đầu tiên tôi thấy ban mai Chicago..."

Trong cái đà đang lao về phía trước, tôi đâm thẳng hướng vào John. Tôi hy vọng được hạ cánh an toàn trên thân thể đầy cơ nhưng John dù đang bất ngờ, đã phản xạ lại vật thể bay vào mình bằng cách trụ một chân rồi xoay người tránh. Anh xoay đẹp như đang nhảy valse còn tôi trượt ngang anh, té chỏng gọng, toàn thân tiếp đất với một âm thanh chấn động, xòe hết tứ chi ra bốn hướng.

– Anh... anh vô cùng xin lỗi – John tái mét cúi xuống đỡ tôi dậy – Em không sao chứ? Có gãy cái gì không?

– Sao anh không chụp em lại lúc em đang lao vào? – Tôi thấy lưỡi mình đang tanh mùi máu – Anh lại còn xoay người tránh né?

– Anh rất xin lỗi – John đau khổ thốt lên – Anh tập Aikido mười năm nay rồi, đó là phản xạ tự nhiên để tránh sự tấn công của người khác...

– Em tấn công anh? – Tôi mím môi – Ai thèm!

– Anh tưởng em đang còn chạy ở rất xa, anh không biết em đã ở sát sau lưng mình, anh nghĩ một ai khác đang lao vào anh – John nhoẻn miệng cười – Em chạy cừ thật!

– Em tưởng chúng ta hẹn nhau cùng đi dạo ngắm mặt trời lên trên hồ Michigan – Tôi quạu – Sao anh lại biến cảnh đi dạo thanh bình thành màn chạy hùng hục như thế? Em bắt buộc phải chạy rượt theo anh. Rồi giờ còn bị anh làm té thê thảm như vậy!

John không biết phải nói gì, anh bối rối và đầy ân hận, đứng đơ ra nhìn tôi. Tôi ra hiệu bảo anh dìu mình đến cái ghế đá gần đó rồi vội vã kiểm tra thiệt hại. Cái áo khoác nhẹ tôi mới tậu ở New York màu cà phê sữa đã sờn vài chỗ vì cú ngã. Cái quần legging hiệu Zara cũng toạc vải ở đầu gối. Cái khăn choàng tôi trùm kín đầu và hai gò má vì lạnh cũng tưa rách. May là chỉ có vật chất bị ảnh hưởng. Tay chân tôi chắc không bị làm sao hết, phần ngực thì chỉ hơi ê ẩm. Cũng may, do tôi mặc áo ngực có "sự bảo trợ của công ty cao su", cú tiếp đất phần ngực của tôi coi như té lên tấm nệm mỏng.

– Môi em chảy máu kìa – John nhìn tôi chăm chú – Máu...

– Anh làm gì nhìn máu với vẻ mặt hau háu giống ma cà rồng vậy? – Tôi bật cười – Chắc tại do răng em vô ý cắn vào lúc té.

– Em đau lắm không? – John ái ngại – Anh thật sự rất xin lỗi. Giá mà anh có thể đền bù cho em. Anh làm gì đây?

– Làm gì nữa bây giờ! – Tôi lại bật cười – Ngồi xuống đây cùng ngắm mặt trời đang lên với em vậy. Buổi bình minh bao giờ cũng đẹp.

– Em thật sự rất lãng mạn... – John không nhìn mặt trời, anh quay nghiêng hẳn người để nhìn tôi – Sao em lại là bác sĩ nhỉ? Những cái công thức hóa học đó tẻ nhạt kinh khủng.

– Anh cũng không thực tế lắm, sao anh lại là người Mỹ nhỉ – Tôi nhìn thẳng ra hồ – Em nghe nói người Mỹ rất thực dụng, chả ai mất thời giờ thức sớm để cùng đi dạo đón bình minh với một người gần như là xa lạ.

– Em không xa lạ... – John nhìn tôi dịu dàng.

Chúng tôi lặng im ngồi ngắm mặt trời lúc này đã nhô cao lên khỏi mặt hồ. Ánh sáng vàng tươi tắn báo hiệu một ngày mới đẹp trời dù sương mù vẫn còn vương nhẹ. Thật là một khung cảnh bình yên. Nhưng thật sự, lòng tôi không hề yên. Ngồi bên cạnh tôi, John dường như tâm cũng không được tịnh. Hai chúng tôi đang cố đếm hơi thở của mình để kiềm chế mọi chuyện dường như đang có chiều hướng vượt khỏi tầm kiểm soát.

– Chắc mình quay về khách sạn – Tôi cuối cùng đứng dậy đề nghị – Em còn phải chuẩn bị đóng bộ rồi xuống sảnh ăn sáng trước khi vào hội nghị.

– OK, để anh dìu em đi – John hoàn toàn mất tự nhiên – Anh xin lỗi em nhiều lắm...

– Thôi, té thì em cũng té rồi – Tôi cười cố làm không khí thoải mái hơn – Chắc em đi một mình cũng được nhưng có anh dìu thì... em thích hơn.

John bật cười, hai chúng tôi dựa vào nhau chầm chậm quay về khách sạn. Tôi nghĩ nhiệt độ ấm hơn vì mặt trời lên. Nhưng tôi biết cơ thể tôi đang bốc hỏa vì lý do khác.

Chương 10

Chạy trốn Hilton

Khi John dìu tôi lên tận phòng khách sạn, tôi biết cả hai đang hồi hộp và bối rối. Đến mức chúng tôi không biết nên xử sự như thế nào và thầm mong một trong hai người chủ động ra dấu hiệu hoặc thậm chí là cứ hành động đi. Một hành động *crazy* không có lý trí kiểm soát, chỉ có sự hừng hực của cơ thể là quyết định. Tôi biết mình thừa kiêu hãnh và đồng thời cũng thiếu tự tin để có thể chủ động lôi người đàn ông rất hấp dẫn này vào trò chơi tình ái. John không kiêu hãnh và cũng không thiếu tự tin với phụ nữ, nhưng tôi biết anh sợ xúc phạm tôi.

Chúng tôi vẫn trong tình trạng nép vào nhau rồi tôi ngồi xuống giường, mặt bừng đỏ, mắt mờ đi vì lý trí đang tạm đóng băng. Đã có một tích tắc nào đó tôi nghĩ hay mình giả bộ mất thăng bằng, ngã ra giường và kéo theo John cũng đang rất muốn hành động theo bản năng.

– Ngột ngạt quá – Tôi lên tiếng – Anh giúp em mở cửa sổ đi!

– OK, OK... – John lúng túng rời khỏi tôi đến bên cửa sổ.

– Dễ chịu hơn nhiều rồi – Tôi hít sâu không khí lạnh đang len vào phòng – Cảm ơn anh.

Những tế bào não của tôi được khôi phục, đồng thời tôi tiếc nuối nhận ra, lý trí đã quay trở lại. Tôi đã vuột mất cơ hội được "thác loạn", tôi không đủ lãng mạn để đón nhận John như một người tình, tôi không đủ *crazy* để làm điều cả cơ thể nóng bừng của tôi đang réo gọi.

– Em đỡ đau hơn chưa? – John lúng túng đứng ở cửa sổ hỏi vọng lại – Có chắc là không cần đi chụp hình để kiểm tra xương có nứt ở đâu?

– Không sao – Tôi cũng lúng túng và thử đứng

dậy – Chắc mình tạm biệt ở đây, em còn phải chuẩn bị để họp nguyên ngày.

– À! – John có vẻ bất ngờ – Họp, phải rồi, em còn phải họp.

– Cảm ơn anh đã cùng đón bình minh với em ở hồ Michigan, một trải nghiệm rất thú vị – Tôi bắt đầu nói những lời sáo rỗng – Em rất cảm kích...

– Chúng ta có còn dịp gặp lại nhau không? – John dường như chỉ quan tâm đến những việc cụ thể – Trước khi em về lại Việt Nam, chúng ta gặp lại nhau một lần chứ? Tối nay, khi em họp xong?

– Tối nay? – Tôi vỗ trán làm ra vẻ cố nhớ lịch nhưng thật ra là câu giờ – Tối nay Tập đoàn KSA tổ chức tiệc chia tay, đây là một hoạt động bắt buộc phải tham gia vì có tổng kết trao giải...

– Sau tiệc? – John gợi ý – Sau khi em dự tiệc về, anh có thể chờ!

Tôi nhìn thẳng vào mắt John, cố hiểu anh nói điều này với ý định gì. Anh và tôi sẽ làm gì sau khi tôi đi dự tiệc của công ty về lại khách sạn? Anh thừa biết lúc đó đã quá trễ, hẹn với một phụ nữ vào giờ đi ngủ tại khách sạn của cô ta thì rõ ràng anh muốn làm cái việc mà mọi người đàn ông đều muốn. Anh hẹn tôi như vậy có phải là đã coi thường tôi và nghĩ tôi sẽ dễ dàng đồng ý. Hoặc cũng có thể anh chỉ muốn gặp lại để cùng uống một ly trà, anh hoàn toàn trong sáng?

John cũng nhìn thẳng vào mắt tôi, vẻ hy vọng và nài nỉ. Ở độ tuổi này tôi không tin có loại đàn ông nào chỉ muốn trò chuyện suông với phụ nữ nữa.

– Sau tiệc thì khuya lắm, lúc đó chắc em đã rất mệt – Tôi tiếp tục câu giờ – Em còn phải chuẩn bị dọn dẹp hành lý để sáng hôm sau ra sân bay.

– Vậy thì sáng mai, chúng ta lại đón bình minh? – John đề nghị hào hứng – Lần này không chạy nữa, đi dạo chầm chậm thôi.

– Em không nghĩ đó là ý hay. Tối về khuya quá nên sáng em dậy sớm không nổi đâu – Tôi lại từ chối – Chắc chúng ta không có dịp gặp lại...

– Vậy thì anh sẽ đến khách sạn đón em để đưa em ra sân bay – John quyết định với giọng gần như ra lệnh – Chín giờ sáng anh đến nhé. Anh là người chở em từ sân bay về khách sạn khi em đến Chicago, thì cũng chính anh sẽ đưa em ra sân bay khi em rời thành phố này.

– Em tự đi taxi được mà – Tôi nhăn nhó có ý không tán thành – Em không muốn làm phiền.

– Phiền gì, đó là vinh dự của anh – John thẳng thắn – Anh cũng muốn đền bù tí gì cho em sau vụ làm em té ở bờ hồ sáng nay.

– OK! – Tôi gật đầu – Hẹn gặp anh sáng mai.

Vậy là John chỉ muốn gặp lại tôi mà không tìm cách "đi xa hơn". Anh hẹn vào lúc tôi trả phòng khách sạn để ra phi trường thì thôi gặp lại nhau nữa làm gì. Tự nhiên tôi đâm bực.

– Tạm biệt John – Tôi tiến John ra cửa – Nếu anh suy nghĩ lại thì nhắn tin, em tự đi taxi, không cần phiền anh đến chở đâu.

– Ồ không, anh sẽ đến – John chắc chắn – Tạm biệt.

Tôi nghĩ trước khi John quay lưng đi, anh sẽ cúi xuống hôn tôi, dù chỉ là một cái hôn nhẹ, lên má cũng được. Nhưng anh không làm gì cả, thậm chí cũng không bắt tay. Anh nghĩ sáng mai chúng tôi còn gặp nhau nhưng tôi thì đã chắc chắn không gặp lại John nữa làm gì. Vì thế, tôi không cưỡng được ý nghĩ mình sắp vuột mất người đàn ông hấp dẫn này mà chưa kịp "làm gì" anh ta.

– John – tôi gọi anh quay mặt lại rồi rướn người hôn lên má anh, hai tay tôi vòng lên lưng anh vỗ nhẹ – Tạm biệt!

– Sao? – John rất bất ngờ trước nụ hôn tạm biệt của tôi, mặt anh ngơ ngác

– Tạm biệt theo kiểu Pháp – tôi bật cười cố giải thích – Em quen kiểu tạm biệt này vì học tiếng Pháp từ nhỏ. Người Mỹ hơi lạnh trong giao tiếp, ít đụng chạm nhau như người châu Âu. Em không có ý gì đâu!

– OK – John bật cười – Tạm biệt theo kiểu Pháp dù hai chúng ta chẳng ai là người Pháp cả. Anh cũng hôn lại em theo kiểu Pháp nhé.

– OK – Tôi vui vẻ đồng ý.

Tôi nghĩ tạm biệt theo kiểu Pháp thì chỉ hôn trên má, nhưng hôn theo kiểu Pháp, *French kiss*, thì phải xích xuống phía dưới một chút. Tôi nhắm mắt lại chuẩn bị đón nhận nụ hôn kiểu Pháp nhưng John chỉ hôn tôi tuốt trên trán. Chả biết là kiểu nước nào. Đúng là đồ Mỹ cù lần.

Tôi đóng cửa lại, lòng đầy hậm hực. Tôi hy vọng John đi vài bước thì nhận ra mình quá ngốc, anh sẽ quay lại gõ cửa phòng và hai chúng tôi sẽ lao vào vòng tay của nhau như trong các bộ phim Hollywood. Nhưng thực tế buồn là tôi ra mở cửa phòng thì hành lang vắng không một bóng người. Tôi thất thểu quay lại phòng, nằm lên giường và phát hiện mình đau khắp người, chắc cú ngã ngoài bờ hồ Michigan làm tôi gãy hết xương sườn rồi.

Tôi vẫn tự biết phụ nữ ở vào độ tuổi này rất khó biết mình muốn gì, vì thế đòi hỏi người khác làm mình vui lòng là không thể. Tôi đã không biết mình muốn gì ở John, vậy thì nằm đây ấm ức có phải là một hành động của tuổi dậy thì không? Mà tôi thì rõ ràng là đã dậy thì nhiều lần lắm rồi, tôi thấy chán bản thân mình, chán cái độ tuổi già chưa ra già để mà đạo mạo mà trẻ cũng không còn trẻ để bày đặt õng ẹo.

Một lần tôi có dịp nói chuyện khá thẳng thắn với một anh đồng nghiệp ở công ty cũ, là một bác sĩ người Na Uy. Anh cho biết đàn ông rất ghét phụ nữ ỏng ẹo dù người đó còn trẻ hay không. Dĩ nhiên anh nói trên quan điểm của đàn ông Bắc Âu. Anh cho là thời nay không nên yêu nhau theo kiểu tiểu thuyết Pháp của thế kỷ thứ 18 nữa. Người Bắc Âu không thích tán tỉnh nhau, không bắt người con trai phải chinh phục, phải có chiêu trò gì để chiếm cảm tình của người con gái. Ngược lại con gái cũng không bày đặt "tình trong như đã bên ngoài còn e" gì hết. Nếu thấy thích, thì cả hai cùng đến với nhau. Nếu ngay từ đầu đã thấy không thích, thì cũng nói thẳng là không thích, để khỏi phải làm mất thời giờ và công sức của cả hai.

– Nhưng tình yêu mà dễ dàng như vậy thì đâu có gì hấp dẫn – Tôi phản đối – Các mối quan hệ phải có từng quá trình thử thách chứ. Chàng phải chứng minh được mình yêu nàng đến mức nào...

– Tôi xin cô – Anh Na Uy không kiên nhẫn nổi với luận điệu của tôi – Bắt người ta vặn vẹo làm đủ thứ chiêu trò để chinh phục. Thì cuối cùng là gì? Chàng trai đó giả dối với những mánh lới, cô gái thì độc ác với cái thói vùi dập người đem lòng yêu mình.

– Nhưng từ bao đời nay người ta đã yêu nhau như thế! – Tôi đuối lý – Không lẽ mới gặp nhau đã biết được mình có thể yêu ai đó, phải trải qua nhiều sự việc mới biết đó có phải là tình yêu không.

– Nhưng ít ra cô cũng có cảm tình lúc ban đầu – Chàng Na Uy lắc đầu – Nếu có cảm tình thì cô OK, hai người tiến đến cởi mở tâm tình. Nếu không có cảm tình thì thôi đi, cho người ta đi tìm người khác. Còn cái vụ quan hệ tình dục nữa, đám châu Á bọn cô là đạo đức giả khủng khiếp. Người Bắc Âu chúng tôi rất thẳng thắn, nếu thích thì OK, cùng lên giường, chỉ là hưởng thụ sex thuần túy. Rồi xong. Chả ai dán mác "Đức hạnh khả phong" lên ai làm gì, vì mọi người đều thích sex hết.

– Sao anh biết mọi người đều thích? – Tôi hỏi lại, cố làm vẻ ngây thơ – Có người đâu thích, hoặc chỉ thích vừa phải, con người khác con thú chứ!

– Thôi tôi không nói chuyện với cô nếu cô còn bày đặt giả bộ "đức hạnh" như hồi thế kỷ 16 – Anh Na Uy làm vẻ mặt kinh bỉ – Tôi chỉ muốn cô nói thẳng, cô nghĩ gì khi phụ nữ châu Á ngày nay đã ngủ với chồng chưa cưới rồi mà trong đám cưới còn ra vẻ trinh trắng với biết bao nhiêu là thủ tục truyền thống? Và cô nghĩ gì khi phụ nữ Việt Nam độc thân đã không còn trinh nữa nhưng vẫn cứ làm bộ mình không biết gì về sex? Và cô nghĩ sao, khi rất nhiều người thích sex nhưng khi có cơ hội thì cứ chờ người khác phải có dấu hiệu trước, vì nếu mình lộ rõ mình thích sex thì không được đàng hoàng. Đạo đức giả!

Giờ đây nhớ đến anh đồng nghiệp cũ người Na

Uy, tôi biết chính xác mình đạo đức giả. Tôi nhớ lại hành động bối rối của tôi và John khi cả hai đều đang bị người khác phái hấp dẫn một cách vô thức lúc dìu nhau lên phòng. Nếu tôi không phải người Việt Nam, chắc John đã biết cách xử sự để cả hai chẳng ai mang tiếng đạo đức giả hết. Và nếu như John không phải người Mỹ, tôi cũng đã không dám bảo anh dìu mình lên tận phòng. Tóm lại, như John đã nói lúc ăn tối với tôi trong đêm đầu đến Chicago, những mối quan hệ khác vùng miền hay quốc tịch luôn rắc rối.

Nằm "tự kỷ" trên giường một hồi tôi đành ngồi dậy thay đồ và trang điểm để còn dự hội nghị. Tôi nhìn mình trong gương với lớp trang điểm nhẹ nhưng kỹ, biết mình trẻ đẹp hơn phụ nữ cùng tuổi đã lập gia đình. Tôi nghĩ những phụ nữ khác đã có chồng con giờ chỉ lo phát triển sự nghiệp. Họ đâu cần mất thời giờ đong đưa với đàn ông và tâm sinh lý của họ đã hoàn toàn ổn định. Nếu tôi đã có chồng, thì một người đàn ông hấp dẫn, thành đạt và duyên dáng như John có làm tôi bối rối như thế này không?

Tôi lết xuống phòng họp với vẻ mặt âm u và chạm trán cô đồng nghiệp Kim ở chỗ lấy cà phê. Cô có dáng vẻ uể oải, chán chường, mệt mỏi, thậm chí cũng chả buồn lên tiếng chào tôi mà chỉ hất hất mặt ra hiệu. Tôi chắc cô không có cơ hội "thác loạn" và hưởng thụ sex nặng đô như mong muốn.

– Ngủ ngon chứ? – Tôi hỏi – Sao trông cô mệt vậy?

– Tôi làm việc suốt trong phòng – Kim trả lời có vẻ thành thực – Bên Hàn Quốc viết email sang bảo tôi giải quyết một số việc khẩn. Đi hội nghị buổi sáng ở Chicago, buổi tối còn phải làm việc từ xa giải quyết vấn đề tồn đọng ở văn phòng Seoul. Cuộc đời tôi sao mà chán thế!

– Vậy ra cô không "thác loạn" gì hết? – Tôi cười trêu chọc – Suốt đêm lo làm việc trên máy tính thôi sao?

– Tôi không may mắn như cô! – Kim nhìn xoáy vào tôi – Tôi nhìn thấy một anh chàng Mỹ sáng bảnh mắt từ phòng cô đi ra với vẻ mặt vô cùng hạnh phúc. Dĩ nhiên đó là cuộc sống tình dục riêng của cô, tôi không xía vào. Vì thế đừng chọc quê tôi nữa.

– Sao? – Tôi bất ngờ và ấm ức la to – Cô hiểu lầm rồi. Chúng tôi không có quan hệ tình dục với nhau!

Lẽ ra tôi chỉ nên nói chúng tôi không ngủ với nhau cho lịch sự nhưng tôi lại đang bực nên nói toạc ra cụm từ "quan hệ tình dục", lại nói rất lớn nên nhiều người lấy cà phê đứng gần đó quay lại nhìn tôi tò mò. Kim cũng bất ngờ trước phản ứng của tôi. Cô nhỏ giọng "Tôi xin lỗi, tôi đang trong tình trạng stress vì suốt đêm phải làm việc" rồi cầm tách cà phê bỏ đi vào khán phòng.

Ông bác sĩ Thái Lan đột nhiên sáp lại, nhìn tôi cười ngụ ý rồi nhỏ nhẹ hỏi "Hai cô đêm qua đi đâu chơi vậy?". Tôi nhìn lại ông, không muốn trả lời hay trò chuyện gì hết. Tôi nhún vai, cúi xuống bận rộn gắp các loại bánh vào đĩa rồi đến chiếc ghế sofa trong góc phòng ăn sáng. Ông bác sĩ quyết truy tôi tới cùng, ông cũng đem tách cà phê đến ngồi bên cạnh rồi nhìn tôi chờ đợi.

– Cô chưa trả lời tôi. Tối qua cô và Kim đi đâu vậy?

– Chúng tôi muốn tìm chỗ "thác loạn" – Tôi nhăn nhó nói – Nhưng rồi chúng tôi về khách sạn ngủ sớm.

– Thật chứ? – Ông Thái Lan tỏ ý không tin – Các cô không có khách đến thăm sao?

– Ý ông là gì? – Tôi bực – Khách nào?

– Sáng sớm nay từ trên cửa sổ phòng, tôi nhìn xuống thấy cô và một người đàn ông Mỹ ôm nhau từ hướng bờ hồ quay về khách sạn.

– Ông... – Tôi ú ớ – Ông thức sớm vậy hả?

– Người đàn ông đó là ai vậy? – Ông Thái Lan tò mò.

– Không phải chuyện của ông – Tôi cố cao giọng.

– Tôi có nhiều kinh nghiệm với phụ nữ lắm – Ông đeo bám thật khó chịu – Thật ra cô và Kim có thể tìm tôi bầu bạn vào tối hôm qua. Cho nên giờ đây tôi nói thẳng ra điều này, phòng khi tối nay các cô cảm thấy cô đơn.

Tôi nhướng mày nhìn chằm chằm vào ông bác sĩ Thái Lan. Chắc sắp về hưu rồi nên ông không màng gìn giữ lòng tự trọng với đồng nghiệp nữ nữa.

Tôi muốn tuyên bố với cả thế giới, tôi chán đàn ông lắm rồi.

Tôi đã rời bỏ Chicago vào sáng ngày hôm sau như một kẻ trốn chạy, vừa khi ánh nắng ban mai rớt nhẹ trên thành phố. Anh gác cửa của khách sạn Hilton giúp tôi đem hành lý lên taxi rồi nhìn thẳng vào mắt tôi mỉm cười. Tôi biết anh muốn tiền tip nhưng trong ví không còn tiền lẻ, cuối cùng tôi vội quá đành dúi vào tay anh một tờ bạc mười đô. Nụ cười rạng rỡ và hạnh phúc của người gác cửa tiễn tôi đi. Thế là hành động bỏ trốn của tôi đã thành công. Khi John đến khách sạn Hilton tìm gặp tôi, anh sẽ thất vọng, sẽ biết được chính xác câu trả lời của tôi. Tôi sẽ không bao giờ gặp lại John nữa.

Tôi không lãng mạn đến mức để mình bị lôi kéo vào một mối quan hệ tình ái không có tương lai. Tôi đã có quá nhiều cơ hội trước đó trong suốt thời gian dài đi du học và làm việc với đồng nghiệp châu Âu, nhưng tôi biết giữa tôi và họ sẽ khó có một sự hòa hợp lớn. Và tôi đã từ chối lời cầu hôn của hai người phương Tây. Dù thỉnh thoảng tôi có cảm thấy hơi buồn khi nhớ đến họ, nhưng cảm giác nuối tiếc thì không.

Có thể với bản tính lãng mạn nửa vời và lý trí cũng không đủ mạnh, tôi đã luôn là một phụ nữ thiếu thực tế trong các mối quan hệ với đàn ông. Tôi không thể chỉ làm tình nhân bán thời gian cho một người con trai ngọt ngào nhưng đường công danh khiêm tốn, tôi cũng không thể làm vợ toàn thời gian với một người đàn ông thành đạt trong sự nghiệp nhưng khô khan vô cảm.

Và John cũng như nhiều người đàn ông khác đi ngang cuộc đời tôi, tôi không nghĩ tôi và John có thể hy sinh cuộc sống hiện tại rất ổn định để mạo hiểm đánh mất vị trí xã hội mà chúng tôi đang có.

Ở phi trường Chicago tôi mệt mỏi theo các thủ tục hải quan và kiểm soát an ninh. Một ông hải quan da đen to lớn có vẻ mặt thân thiện nhưng nói to và nói liên tục, tra tấn lỗ tai của mọi người: "Quý vị chú ý, hãy để hết hành lý của mình lên băng chuyền, hãy bỏ giày, áo khoác, khăn choàng, dây nịt ra khỏi người, hãy chắc chắn trong túi áo quần của mình không còn vật gì hết...". Tôi nhích từng bước chân trong không khí ngột ngạt của hàng người dài nối đuôi nhau mong được thoát nhanh khỏi quy trình kiểm tra an ninh phức tạp. Khi tôi cởi bỏ đồng hồ và điện thoại di động vào túi xách, tay tôi tình cờ chạm phải cái bao cao su cô bạn đồng nghiệp Hàn Quốc tặng. Một cảm giác buồn bã và nặng nề đột ngột xâm chiếm tôi. Tôi đã không để mình "đi xa" đến mức đó với John.

Nhưng giờ thì tôi thấy nghẹn ngào và, tiếc nuối.

Chương 11

Rồi anh
sẽ đến Sài Gòn

Tôi trở lại Sài Gòn với công việc hối hả và hơn 200 e-mail trong hộp thư cần đọc. Lần nào cũng vậy, khi đi xa một chuyến trở về, tôi có cùng lúc hai cảm giác trái ngược nhau. Tôi vừa thấy mình tràn đầy năng lượng để tiếp tục làm việc hăng hái nhưng đồng thời cũng bối rối không biết nên bắt đầu lại từ đâu, thậm chí, tôi muốn trốn luôn không quay lại với nhịp sống bận rộn trước đó. Đồng nghiệp nữ đã lập gia đình thường cho tôi biết họ dễ quay ngược vào guồng mỗi khi đi công tác xa về. Những đứa con chạy ra mừng mẹ sau những ngày dài đi vắng, ông chồng thở phào giao lại trọng trách quán xuyến gia đình cho vợ. Những người phụ nữ bận bịu chồng con như thế dễ thích nghi với cuộc sống hơn. Và họ biết quý cuộc sống dưới nhiều lăng kính hơn phụ nữ còn độc thân. Rất nhiều lần họ cười với tôi "An sướng quá, chả phải bận tâm chồng con gì cả, cứ tha hồ mà tung tăng" nhưng tôi biết chính họ đang tự nhận mình sướng, vì sau khi đi xa trở về, họ có những mối bận tâm thật đáng giá. Những mối bận tâm đáng để họ từ bỏ những cuộc vui mà quay trở về.

Công ty tôi nằm trong một cao ốc văn phòng sang trọng giữa trung tâm Sài Gòn. Và tôi có một căn phòng nhỏ riêng tư mà những lúc làm việc căng thẳng, tôi hay quay sang khung cửa kính để nhìn xuống phố phường. Sài Gòn của tôi đang ở dưới kia, cùng với nhà thờ Đức Bà, bưu điện Trung tâm, những tán cây xanh của công viên nhỏ chạy dọc theo một con đường dẫn đến Dinh Thống Nhất. Tôi rất thích ngắm Sài Gòn từ trên cao như thế này lúc hoàng hôn, nắng cuối ngày ửng lên, tỏa ánh cam ấm áp, hứa hẹn một buổi tối trong vắt đầy những ngôi sao lung linh.

Nhiều lúc tôi tự hỏi Sài Gòn của ngày nay có gì khác với Sài Gòn của một thời đã qua. Thời những năm 1980 tôi cùng đi ăn với cô Út ly kem cuối cùng ở Hồ Con Rùa để rồi mãi mãi tôi chỉ còn có thể gặp lại cô trong những giấc mơ ray rứt. Thời đó Sài Gòn nghèo nàn và thiếu thốn biết bao, phố xá im lìm buồn, hàng quán thật thưa thớt, những đợt cúp điện làm thành phố chìm trong màn đêm bức bối, mọi người đều ngột ngạt. Rồi đến thời tôi lớn lên thành thiếu nữ với chiếc áo dài nữ sinh tha thướt trắng, thời chính sách "Đổi mới" đã thật sự làm bộ mặt Sài Gòn xinh đẹp hơn rất nhiều so với những năm đất nước mới thống nhất. Sài Gòn đã thay đổi biết bao trong gần 40 năm qua, và tôi vẫn không bao giờ có thể đi xa mãi mãi khỏi thành phố này dù những cơ hội để tôi định cư tại nước khác đến với tôi nhiều lần.

Nhiều lúc nghe mọi người ca cẩm nạn kẹt xe ở Sài Gòn tôi rất muốn cho họ biết ở Paris, Luân Đôn hay Rome, tình hình kẹt xe còn thê thảm hơn. Và nếu phải sử dụng métro, cái cảnh bị chen lấn, xô đẩy, đến mức bị kẹp cứng ngắt dưới cánh tay tỏa mùi nồng nặc của những kẻ ít tắm quả là khổ sở. Hoặc nếu họ rên rỉ Sài Gòn ô nhiễm khói bụi, tôi càng muốn nhắc họ rằng Singapore nổi tiếng sạch đẹp nhất thế giới cũng có thời điểm phải hít khói bụi từ các ngọn núi lửa bên Indonesia thổi sang. Và nếu ai vừa bị giật túi xách ngoài phố đang phấn nộ chửi rủa tình hình an ninh ở Sài Gòn thậm tệ, họ nên biết rằng ở những thành phố lớn khác của Mỹ như Chicago hay New York, họ thậm chí có thể bị chĩa súng vào đầu hoặc trúng đạn lạc giữa các băng nhóm xã hội đen. Tệ nhất, họ có thể là một trong những nạn nhân của khủng bố bằng bom hoặc xả súng bắn càn tại những địa điểm có an ninh tưởng như hoàn hảo là Boston hoặc Washington DC.

Tóm lại tôi yêu Sài Gòn, cái thành phố nhỏ bé tụt hậu của mình, cái thành phố còn quá nhiều hạn chế nhưng nhịp sống thì luôn hối hả. Và mỗi lần đi xa về, tôi lại càng muốn dành chút thời giờ ngắm lại nơi tôi đã được sinh ra, đã trưởng thành, đã cho tôi một công việc năng nổ và một sự nghiệp luôn phát triển. Tôi còn có thể hạnh phúc hơn ở thành phố nào khác ngoài Sài Gòn đây?

Tôi hít một hơi thật sâu rồi lấy hết can đảm, bắt đầu rà đọc e-mail, trở về cuộc sống công sở tuy có nhàm chán nhưng luôn thử thách. Nhiều người nghĩ tôi leo lên vị trí này vì tham vọng, vì đam mê làm việc đến mức kiệt sức. Do phải "cày" nhiều, tôi không còn thời giờ và tâm trí để quan tâm đến chuyện hôn nhân và đã bỏ qua thời điểm vàng để tìm một tấm chồng. Họ không biết rằng đối với tôi làm việc cũng giống như giải trí, tuy có áp lực và cạnh tranh, nhưng nhờ có công việc, trí não tôi được kích thích, giống như một người thích chơi cờ, càng thử thách càng thấy thú vị. Và công việc của tôi không liên quan gì đến chuyện tôi muộn chồng, những đồng nghiệp trong công ty không bao giờ biết được tôi có rất nhiều bạn là nam giới và tôi hoàn toàn có thể chọn một trong những người đó làm chồng. Đơn giản là vì tôi chưa thấy chán cuộc sống độc thân. Giá mà ở Việt Nam người ta phóng khoáng trong quan niệm sống chung cho bớt cô đơn nhưng không phải ràng buộc nghĩa vụ gì cả giống bên phương Tây, tôi đã không cố công tìm người tri kỷ trăm năm làm gì.

Tôi không hiểu làm sao người ta có thể chia sẻ cuộc đời mình với ai đó mãi đến trăm năm. Trong thực tế dù yêu thích một công ty nào đó đến mấy, cứ trung bình ba đến năm năm là tôi phải nhảy việc rồi. Sự nhàm chán trong công việc còn làm tôi không chịu nổi, làm sao tôi có thể sống chung với ai đó đến suốt đời khi cả hai không còn quấn quýt với nhau nữa?

Tôi từ từ "thanh toán" các e-mail cần đọc và dù không mong đợi tôi đã rơi vào e-mail của John. Tôi đã biết trước thế nào anh cũng sẽ viết cho tôi vì một người như John luôn yêu chuộng sự rõ ràng, cái kiểu hẹn mà cho anh leo cây của tôi và cách tôi tháo chạy khỏi Chicago trước khi anh đến tìm không phải là cách xử sự chuyên nghiệp.

Thật ngạc nhiên, John không có ý gì trách móc. Dường như anh cảm nhận được lý do tôi không muốn gặp mặt anh, dù đã hẹn, không phải là hành động thiếu chuyên nghiệp như một doanh nhân thường hay quy kết. Dường như anh tự biết rằng đó là vì tôi bối rối, thẹn thùng, tôi không biết phải ăn nói làm sao, tôi không đủ tự tin và dĩ nhiên là tôi yếu đuối trước anh. John tế nhị chỉ viết rằng anh hơi buồn một chút khi không gặp được tôi và giờ anh đang sắp bước vào một cuộc họp quan trọng. Cách anh viết đủ khéo để tôi hiểu rằng cuộc sống bận rộn sẽ lấp đầy anh như vốn thế, sự xuất hiện đột ngột của tôi trong cuộc đời anh rốt cuộc cũng chỉ là chút kỷ niệm đẹp. Thế là xong, tôi nên vui vẻ, không ưu tư gì.

Tôi đã thở phào nhẹ nhõm khi đọc hết e-mail của John, thế rồi cái dòng tái bút ngắn ngủi lại làm tôi bứt rứt "Hẹn gặp lại em ở Sài Gòn trong một ngày không xa, anh chắc chắn sẽ còn trở lại thành phố này. Hãy giữ liên lạc nhé."

"Hãy giữ liên lạc nhé". Trong cuộc đời giao hảo nhiều của tôi, tôi đã nhận không biết bao nhiêu lời đề nghị "Hãy giữ liên lạc nhé" nhưng chính họ là những người không muốn giữ liên lạc. Những ai muốn tiếp tục mối tình thân thì cứ thỉnh thoảng viết thư thăm hỏi, cuối năm một tấm thiệp chúc đôi dòng. Họ chẳng việc gì phải làm bộ tha thiết "giữ liên lạc nhé" làm gì. Nhưng trong trường hợp của John lại khác. Khi anh viết "Hãy giữ liên lạc nhé", anh đã ngầm nhắn gởi "Anh không ra khỏi cuộc đời em dễ dàng như em muốn đâu, hãy chuẩn bị tinh thần một ngày nào đó anh phone cho em và báo tin đang ở giữa Sài Gòn. Hãy đối diện lại trước anh một lần nữa vì chắc chắn anh sẽ đến Sài Gòn." Tôi hối hận đã cho John danh thiếp của mình. Thói quen trao danh thiếp ra vẻ thân thiện đã làm hại tôi rồi.

Cái e-mail mang tính riêng tư của John gởi vào hộp thư công ty đã thật sự làm tôi không cách gì tập trung làm việc tiếp được. Và như hàng triệu nhân viên công sở khác trên đời này, những lúc không tập trung được vào công việc, người ta lại vào facebook để tìm kiếm chút nhảm nhí cho đầu bớt nặng.

Facebook của tôi sau một thời gian không vào có rất nhiều tin nhắn và nhiều người xin kết bạn. Trong hộp thư tin nhắn, tôi thót tim thấy cái nick vừa kỳ quái vừa thân quen "Alain De Sans Long". Và khi tôi nhấp vào, tôi nhận ra ngay người đã gởi.

"Chào bé An, anh Bình đây, lâu quá rồi. *Je n'ai pas changé, et toi non plus tu n'as pas changé*".

Lâu quá rồi, anh viết đơn sơ như thể chỉ mới vài tháng hoặc vài năm chúng tôi chưa gặp lại. Thực tế chúng tôi không liên lạc gì với nhau từ gần hai mươi năm nay. Và Bình đã viết cho tôi một dòng ngắn vừa tiếng Việt vừa tiếng Pháp. Tôi từng quen một vài chàng Việt kiều Pháp, khi nói chuyện thông thường với tôi họ dùng tiếng Việt, nhưng những lúc bối rối, những lúc muốn thổ lộ lòng mình mà còn e ngại, họ chuyển qua dùng tiếng Pháp. Một anh Việt kiều hay nói "Tu me manques" chứ chưa bao giờ nói "Anh nhớ em". Một anh khác khi tỏ tình thì nói "Je t'aime" chứ không thể thốt lên "Anh yêu em". Dường như tiếng Pháp không quá mùi mẫn, còn tiếng Việt với những đại từ nhân xưng anh anh – em em làm họ quá xúc động. Mà đàn ông thì ngại bộc lộ bản tính yếu đuối của mình trong tình cảm. Nhất là đàn ông Việt Nam.

Vậy là Bình đang bối rối hoặc không muốn bộc lộ quá lộ cảm xúc của mình. Thì cũng có gì ghê gớm đâu, anh chỉ viết *"Je n'ai pas changé, et toi non plus tu n'as pas changé"* – anh đã không đổi thay và em cũng thế không đổi khác gì cả. Thật ra đây là lời bài hát của chàng ca sĩ đẹp trai người Tây Ban Nha Julio Iglesias mà thế hệ của tôi và Bình rất thích. Ngày trước chúng tôi cũng thường nghe bài này đến nhão cả băng cassette để chép lời. Giờ chàng ca sĩ này đã U70, cũng như tài tử Alain Delon cũng thành một ông già U80 rồi.

Dường như ý thức được rằng đến Alain Delon còn phải bị thời gian tàn phá nhan sắc huống hồ mình chỉ là Alain De Không-Lông, Bình tự biết mức độ bảnh của mình hẳn không còn được đánh giá cao nữa, anh không để hình thời hiện tại của mình trong facebook.

Gương mặt của Bình trên trang facebook cá nhân hiện ra với nụ cười nhẹ nhàng và đôi mắt sáng thông minh. Đây là một tấm hình chụp từ lâu và có chất lượng không rõ do được scan lại, không phải một tấm hình mới chụp trên máy ảnh kỹ thuật số.

Tôi nhận ra chính là Bình của thời tuổi trẻ nhưng không phải thời anh còn ở Sài Gòn, của cái đêm anh cho tôi trôi bềnh bồng khắp phố trước lúc ra đi. Hình này của Bình chắc là chụp khi vừa đến Mỹ vì anh mặc áo manteau có khoác khăn choàng, sau lưng là những nhánh cây của xứ ôn đới. Bình nhìn rõ ràng là còn bảnh hơn lúc ở Sài Gòn vì bơ sữa đã kịp làm khuôn mặt anh đầy đặn hơn, hồng hào và mạnh khỏe hơn. Hồi ở Sài Gòn tuy mang tiếng là Bình Bảnh nhưng cũng như bao nhiêu thanh niên thời đó, Bình ốm lỏng khỏng, dáng rất thư sinh, làn da xanh xao và khuôn mặt góc cạnh, nhìn khắc khổ hơn rất nhiều. Ôi chao, nếu Bình quả thật rất bảnh như thế khi sang đến Mỹ, sao anh có thể còn độc thân cho đến ngày hôm nay được.

Tôi bình tĩnh ngắm lại Bình trên facebook. Tôi chưa từng có một tấm hình nào của Bình, tôi không thể hình dung gương mặt anh một cách rõ rệt do thời gian xa cách đã lâu nhưng tôi luôn biết mình sẽ nhận ra anh. Thỉnh thoảng khi mơ thấy Bình, tôi không nhớ rõ khuôn mặt anh nhưng vẫn luôn có cảm giác anh rất đẹp trai, và dịu dàng với tôi biết bao. Cái buổi tối chúng tôi dính chặt nhau trôi trên phố Sài Gòn, dù chúng tôi chẳng nói với nhau câu nào to tát, tôi vẫn cảm nhận rõ rệt tình cảm trai gái của buổi ban đầu.

Facebook của Bình mới toanh, dường như anh chỉ mới tạo ra cốt để liên lạc với tôi, cốt để được vào xem facebook của tôi. Và anh bắt buộc phải đề nghị xin kết bạn vì facebook của tôi không để chế độ public. Tôi cố gắng lục lọi tìm thêm hình của Bình nhưng chỉ thấy vài tấm anh được bạn bè cũ hồi học đại học bên Việt Nam gởi vào. Trong danh sách bạn bè, tôi thấy anh mới kết bạn với vài anh Cu của xóm cũ Tân Định. Mọi người đều hồ hởi tìm gặp lại nhau nhờ facebook. Nhiều anh nhắc chuyện cùng đi phá làng phá xóm, nhấn chuông rồi bỏ chạy, nhắc chuyện cởi trần và cả cởi truồng tắm mưa. Thậm chí, có anh còn nhắc chuyện chị Hương qua đèo thời đó nuôi heo mệt nghỉ.

Cũng giống như tôi khi nhìn thấy cái nick kỳ quái Alain De Sans Long, những bạn bè cũ của anh tha hồ trêu chọc và nhắc lại thời đó Bình Bảnh đã được đặt tên Tây là Alain De Không (Có) Lông. Bây giờ anh sửa trại lại là Alain De Sans Long. Sans trong tiếng Pháp là không có. Cái nick vừa Tây vừa Ta nghe hài hước kinh khủng. Trong một vài comment trên facebook, nhiều người hỏi Bình có còn đẹp trai không, có còn xứng đáng là Bình Bảnh không, thậm chí anh Cu Síp còn hỏi "Bây giờ thì mày đã có chút gì chưa hay vẫn mãi là Không Lông?".

Đọc facebook của Bình, tôi vừa cười vừa xúc động ứa nước mắt, cái xóm nhỏ ở vùng Tân Định của chúng tôi mới dễ thương làm sao. Giờ người đã định cư ở nước ngoài, người chuyển sang quận khác sinh sống, chỉ còn lại gia đình tôi và vài ba gia đình khác trụ lại. Lũ trẻ thế hệ ngày nay không còn chơi với nhau thân thiết, suốt ngày đá banh ngoài đường và chia sẻ với nhau từng viên kẹo ú nữa.

Lang thang trên facebook của Bình và những người bạn trong friends list, tôi nhận ra dường như ai cũng ghi nhớ kỷ niệm thời cùng xóm rất mãnh liệt. Đối với nhóm những anh chị bằng tuổi với Bình hoặc lớn hơn một chút cỡ cô Út của tôi, sau khi Sài Gòn giải phóng, họ cảm nhận những thiếu hụt về vật chất nặng nề hơn thế hệ sinh ra sau ngày giải phóng như tôi. Vì biến cố lớn năm 1975 tác động đến gia đình và dĩ nhiên là chính bản thân những đứa trẻ chín – mười tuổi thời đó, họ gắn bó với nhau rất chặt và chia sẻ với nhau nhiều điều.

Một chi tiết rất lạ là những đứa trẻ con của gia đình Sài Gòn gốc và gia đình cách mạng được phân nhà mới dọn đến sau 30/4/1975 đều có thể cùng đá banh rầm rầm, cùng đạp xe tưng bừng, cùng tung tăng đi xem phim ở rạp Văn Hoa và chia sẻ những con rệp chích đỏ cả mông. Đọc facebook của những anh chị cùng xóm thời đó, tôi nhận ra rằng không hề có những phân biệt đối xử giữa những đứa trẻ rất khác nhau về thành phần gia đình. Vậy nên tôi rất muốn liên lạc lại với chị Hương qua đèo, cho chị ấy *add friend* vào nhóm này để chị biết rằng cảm giác Bình Bảnh khinh thường chị vì gia đình hai bên khác chiến tuyến chỉ là do chị tự tưởng tượng ra. Tôi muốn chị xóa bỏ mọi mặc cảm và mối hận tình với Bình sẽ sớm được giải tỏa.

Nhưng tôi không có địa chỉ e-mail của chị Hương, chị chỉ cho tôi số điện thoại và địa chỉ nhà. Chị có nói mình ít khi dùng Internet và không có hộp thư e-mail.

Tôi nhận được tin nhắn của Bình vào facebook, anh viết hoàn toàn bằng tiếng Việt có bỏ dấu và tôi hít một hơi thật sâu, bắt đầu chat với anh:

– Chào Bé, hôm anh đến nhà em thì mẹ em nói em đang ở Mỹ. Em về lại Sài Gòn lâu chưa?

– Em mới đi làm lại hôm nay. Đang đọc một đống e-mail trong công ty. Mệt quá nên vào facebook một chút. Giờ anh đã trở lại Mỹ?

– Anh đang sinh sống ở San Jose, gần San Francisco. Em có đến bờ Tây chưa?

– Em không có thời giờ, chỉ đi vài nơi ở bờ Đông và Chicago.

– Nghe mẹ em nói giờ em làm chức cao lắm, sự nghiệp tốt đẹp, đi công tác nước ngoài như đi chợ. Anh rất mừng cho em.

– Có gì đâu mà mừng, bình thường mà.

– Những người bạn cũ anh gặp lại ở Việt Nam đều công thành danh toại hết. Mọi người rất giàu và cũng đi du lịch nước ngoài rất nhiều.

– Công việc của anh ra sao? Giờ anh làm tới chức gì rồi?

– Anh không bằng mọi người ở Việt Nam, vì qua Mỹ anh phải đi học lại đại học. Thời gian đầu ở Mỹ anh khủng hoảng lắm. Nhưng mọi thứ đã ổn hơn từ lâu rồi.

– Anh còn độc thân thiệt hả?

– Em cũng còn độc thân thiệt hả?

– Dạ. Thôi em stop nhe vì tới giờ phải vô họp rồi.

– OK, hẹn chat tiếp với em lúc khác.

Tôi thoát khỏi hộp thư và thoát luôn ra khỏi Facebook. Tôi từng hình dung mình sẽ gặp lại Bình và chuẩn bị cả những điều "lâm ly" nên nói. Chưa bao giờ trong suốt hai mươi năm qua tôi có thể tưởng tượng được cuộc hội thoại đầu tiên của chúng tôi sau bao nhiêu năm xa cách sẽ buồn cười và hầu như không cảm xúc như thế này.

Tôi rời bàn làm việc ra đứng ở khung cửa kính nhìn xuống phố. Sài Gòn của tôi dưới kia đang chói chang ánh nắng tháng năm. Những dòng xe bận rộn mải miết trôi đi khắp ngã. Sao ông Trời không cho chúng tôi gặp lại nhau ở Sài Gòn nơi chúng tôi có với nhau những kỷ niệm đẹp hoặc ở Mỹ nơi Bình đã bỏ lại tất cả để tìm kiếm một cuộc sống đầy đủ hơn?

Đã có nhiều người tìm cách nối lại liên lạc và họ hài lòng với Facebook biết bao nhiêu.

Nhưng tôi phải gặp lại Bình, không chỉ trên facebook mà bằng xương bằng thịt. Anh phải thoát ra khỏi những giấc mơ của tôi.

Chương 12

Thu Montmartre

Mùa thu có thể làm nhiều người lần đầu đến Paris bắt gặp cảm giác lạnh lẽo nhưng rung động sâu xa. Những cơn gió từ sông Seine tràn đến, tê tái, bồi hồi. Cây cối dần chuyển màu từ xanh sang đỏ rồi vàng sậm và cuối cùng là rụng từng đợt tràn ngập phố phường. Những tòa nhà cổ kính đẹp trầm mặc trong làn gió thu rét ngọt. Khách bộ hành rảo bước chậm lại, tay che dù dưới làn mưa rơi lất phất. Không khí cô đặc một màu xám u sầu.

Tôi đã đến Paris trong nhiều đợt công tác khi còn làm cho một công ty dược của Pháp. Tôi đã ngắm Paris đủ cả bốn mùa. Tôi thích mùa xuân đầy hoa rực rỡ làm bừng sáng những ngõ nhỏ dẫn lên đồi Montmartre. Tôi yêu mùa hè sôi động với quá nhiều khách du lịch và con đường dọc sông Seine được trang hoàng như một bờ biển phía Nam.

Nhưng tôi khá bối rối với mùa thu, dù Paris thật lãng mạn với phông nền vàng của hàng cây đang trút lá. Mùa thu là lúc thời tiết đã trở lạnh, cỏ cây dần trơ trụi báo hiệu mọi sức sống của thiên nhiên đang lụi tàn. Mùa thu làm người ta thấy bồn chồn, hồi hộp và ngán ngại. Chỉ còn vài tháng ngắn ngủi nữa là mùa đông lạnh lẽo sẽ đến. Mùa thu không đem đến bất cứ hy vọng nào. Và tôi thật sự biết ơn mùa đông, vì chỉ khi đang ở giữa đông, người ta mới phấn chấn hơn khi nghĩ đến tương lai tươi đẹp phía trước. Vì rồi xuân sẽ đến với tiết trời ấm áp, vạn vật được hồi sinh và tình yêu cũng trở lại.

Tôi chưa từng đến Paris bằng ngân sách cá nhân mà tất cả các chuyến đi trước đó đều do công ty cũ chi trả. Khi rời khỏi công ty dược của Pháp, tôi biết cơ hội đi Paris miễn phí đã hết rồi. Nhưng tôi sẽ có ngày trở lại Paris vì đây là một thành phố rất xứng đáng, dù có phải tự chi trả bằng tiền túi của mình.

Đến Paris vào mùa thu không phải là một chọn lựa thông minh. Nhất là lý do đến đây chỉ để gặp lại chàng trai của quá khứ. Tôi hình dung nỗi thất vọng khi gặp lại Bình trong khung cảnh u sầu của mùa thu sẽ làm tôi điêu đứng. Nhưng cuối cùng tôi cũng quyết định khi Bình đề nghị gặp nhau ở Paris vào đầu tháng chín nhân lúc anh nghỉ phép sang châu Âu.

Tôi đã qua cái tuổi lãng mạn khi ngồi chép những bản nhạc Pháp trong băng cassette rồi cùng Bình hát ngêu ngao. Tôi mường tượng Bình vẫn còn lãng tử kiểu Julio Iglesias thì không thấy hứng thú nữa. Nhưng tận sâu trong tâm hồn, tôi biết rằng cái năm mười tám tuổi đó là những tháng ngày êm đẹp nhất đời mình. Thì cứ gặp lại vậy, gặp lại gã trai bảnh bao, thông minh, đàn hay, hát giỏi. Cứ gặp lại vậy, dù tóc anh đã chớm bạc, dù trán có nếp nhăn, dù mắt trông mỏi mệt, dù anh có bệ vệ ra, nặng nề theo năm tháng. Và cứ gặp lại vậy, cho anh nhìn tôi tường tận bằng xương bằng thịt chứ không phải chỉ là những tấm hình đã được photoshop đưa lên facebook để câu "like".

Cứ gặp lại, cho cả hai chán chê nhau, cho Bình thoát ra khỏi những giấc mơ của tôi, cho tôi được tự do không vướng bận những hình ảnh thơ mộng cũ.

Vậy là giờ đây tôi đến Paris với mùa thu vàng lạnh lẽo và tài khoản của tôi bị trừ đi gần ba ngàn đô la tiền vé máy bay và một tuần khách sạn. Mẹ tôi vui vẻ thấy giờ đây tôi làm cho công ty của Mỹ nhưng cơ hội đi công tác bên Pháp vẫn duy trì. Làm việc cho tập đoàn đa quốc gia có khác, luôn được đi công tác khắp mọi châu lục. Khi tôi ra khỏi nhà chuẩn bị ra phi trường, mẹ tôi ngạc nhiên không thấy tôi xách theo laptop. "Không cần, vì bây giờ công ty phát thêm Ipad rồi, dùng Ipad để đi họp nước ngoài tiện hơn!"

Trên taxi ra phi trường tôi thở dài ngao ngán. Ở cái tuổi này mà tôi vẫn còn phải nói dối phụ huynh để được đến điểm hẹn với trai. Tôi thấy mình vừa buồn cười vừa sến sến làm sao. Nhất là còn hẹn hò ở Paris. May mà Bình không đề nghị "Hai đứa mình gặp nhau trên tháp Eiffel". Mà tại sao Bình cứ một mực đòi gặp ở Paris và tại sao tôi yếu ớt tới mức chấp nhận tức khắc lời đề nghị làm tốn của tôi mấy ngàn đô la?

Trong tâm trạng bực bội vì thấy mình vừa sến vừa dại trai, tôi leo lên máy bay ngẫm nghĩ lại đời mình. Nếu như trong sự nghiệp tôi có tầm nhìn và kiên định bao nhiêu thì trong tình cảm tôi lại mất phương hướng và bất định bấy nhiêu. Trong công việc không ai có thể chê trách tôi và tôi cũng không bao giờ thấy hối tiếc về những gì mình đã ra quyết định. Nhưng trong mọi vấn đề liên quan đến tình cảm, tôi luôn thấy mình bối rối, hôm nay nghĩ thế này ngày mai lại thấy không ổn. Và cái chuyện hẹn hò với Bình ở Paris lần này đúng là một ví dụ điển hình cho tình trạng bất định của tôi.

— Hình như cô đang gặp chuyện không vui? — Ông hành khách người Pháp ngồi kế bên tôi bắt chuyện — Tôi thấy cô thở dài hoài?

— Chuyện cá nhân — Tôi liếc sang, thái độ lạnh lùng — Ông sống ở Việt Nam lâu rồi nhỉ?

— Sao cô biết? — Ông Pháp cười vui vẻ — Ba năm rưỡi rồi...

— Tại tôi thấy ông mắc bệnh tò mò giống người Việt Nam — Tôi khó chịu ra mặt — Ông cũng lấy vợ Việt Nam luôn rồi chứ gì!

— Lấy vợ Việt Nam thôi mà — Ông Pháp bật cười — Làm gì cô nhăn nhó giống như tôi lấy phải con đười ươi cái vậy chứ!

Tôi nhịn không nổi trước vẻ hài hước thân thiện của người ngồi cạnh nên cũng bật cười lại. Thật ra tôi ác cảm với mấy ông Pháp đang độ tuổi sồn sồn. Họ hay tán tỉnh lung tung, gạ tình đủ kiểu. Đàn ông bình thường ở độ tuổi này vốn hay muốn níu kéo tuổi xuân nên thích làm duyên làm dáng với phụ nữ. Đàn ông Pháp còn dễ sợ hơn. Họ ỷ vào tài ăn nói hài hước, vào khả năng trò chuyện thân thiện và cả vẻ điển trai của riêng ông Trời dành cho đàn ông Pháp để bủa vây các cô gái châu Á ít kinh nghiệm tình trường.

– Cô sang Pháp đi chơi hay đi công tác – Ông Pháp tiếp tục tấn công – Trông cô cười nhìn đẹp hơn hẳn lúc cáu bẳn khi nãy...

– Tôi đi chơi thôi, tôi thích mùa thu Paris...

– Rất lãng mạn – Chưa kịp cho tôi kết thúc câu, ông Pháp nhảy vào nói tiếp – Cô có hẹn với đàn ông ở Paris? Một người bạn trai lâu năm chưa gặp lại? Mối tình thời dại khờ trong sáng?

– Sao ông biết? – Tôi thốt lên kinh ngạc – Trên mặt tôi có ghi chữ gì đại loại như thế à?

– Trông cô bồn chồn và thẫn thờ, lại còn cáu kỉnh như những cô gái tuổi teen – Ông Pháp mỉm cười thấu hiểu – Tay cô không đeo nhẫn cưới, cũng không có quầng trắng của người thường xuyên đeo nhưng giờ tháo tạm ra. Mái tóc này thì rõ ràng là vừa được cắt và sấy lại với những nếp quăn còn rất mới. Cô muốn trông mình trẻ nhất có thể so với độ tuổi.

– Ông nhiều kinh nghiệm quá! – Tôi phì cười – Ông còn nhìn ra điều gì từ tôi không?

– Có, cô rất duyên dáng – Ông Pháp nhìn sâu vào mắt tôi – Và cô cũng rất cá tính, theo kiểu thách thức và cóc cần đàn ông. Tôi ước chàng trai đang chờ cô ở Paris là một người Pháp. Vì người Việt Nam chắc không hợp với cô lắm.

– Tôi đang hẹn với... một người Mỹ – Tôi đánh lạc hướng – Ông thấy sao?

– Người Mỹ!!! – Ông ta thốt lên đầy bất mãn – Trời đất ơi!!!

– Người Mỹ thôi mà – Tôi nhìn ông trêu chọc – Làm gì ông la lối giống như tôi đang hẹn với con đười ươi đực vậy! Thôi tôi ngủ một chút đây, tôi không muốn ngày mai khi đến Paris mắt tôi có quầng thâm và da nhăn lại vì thiếu ngủ.

Tôi quay mặt sang hướng khác, giả bộ ngủ để khỏi trò chuyện gì nữa. Mấy ông Pháp mà nghe nhắc đến Mỹ thì hay tỏ thái độ chê bai đủ kiểu. Nào là thô kệch, nhà quê, chỉ biết có tiền, không hiểu gì về nghệ thuật, vân vân và vân vân.

Tôi lại thở dài, nghĩ đến John và chuyến bay sang Mỹ mới vài tháng trước. Giá mà ngồi kế bên tôi trong chuyến bay dài khuya nay sang Paris là John chứ không phải ông sồn sồn người Pháp này. Ôi anh chàng người Mỹ điển trai còn độc thân của tôi.

E-mail cuối cùng John gởi cho tôi từ hơn ba tháng nay. Dòng tái bút anh viết: "Hẹn gặp lại em ở Sài Gòn trong một ngày không xa, tôi chắc chắn sẽ còn trở lại thành phố này. Hãy giữ liên lạc nhé.". Nhưng đã không có liên lạc gì. Đơn giản vì tôi không hồi âm e-mail đó. John cũng không thừa thời gian để quan tâm thêm.

"Chúc cô hạnh phúc với người đàn ông của mình sau bao năm mới gặp lại! Cô xứng đáng được nâng niu!", ông Pháp ngồi cạnh chia tay tôi khi máy bay hạ cánh. Nói gì thì nói, đàn ông Pháp vẫn biết cách lấy lòng phụ nữ. Tôi không hẹp hòi gì mà không cười với ông một cái thật tươi và cảm ơn chân thành. Ông cố nói với theo "Và hãy tận hưởng mùa thu Paris nhé!"

Mùa thu Paris đón tôi bằng cơn gió lạnh ngọt ngào. Dù bầu trời đang rất xám, tôi dặn lòng "hãy nhìn đời màu hồng". Tôi tốn mấy ngàn đô la để sang Paris, không "hồng" không được. Đã lỡ sến rồi, thì sến thêm một tí cũng không sao. Thế là miệng tôi lẩm nhẩm hát "La vie en rose" và kéo valise xuống xe điện ngầm, tìm đường vào trung tâm thành phố.

Tôi có một ngày rưỡi ở Paris yên ổn một mình trước khi gặp Bình. Trưa mai lúc một giờ anh sẽ từ Thụy Sĩ đến Paris bằng xe lửa tốc hành TGV. Tôi hứa ra ga "Gare de Lyon" đón anh và cả hai sẽ cùng về khách sạn của tôi. Trong e-mail, tôi cố gắng giải thích cho anh hiểu "Khách sạn ở Paris rất mắc nên không cần phải thuê hai phòng riêng biệt cho anh và em. Tuy nhiên, em sẽ thuê một căn hộ Citadines ở khu Montmartre. Đây là dạng căn hộ dịch vụ, giống như khách sạn nhưng phòng thì rộng như căn hộ nhỏ. Căn hộ đó có một phòng ngủ và một phòng khách rộng với ghế sofa có thể kéo ra làm giường. Coi như là hai phòng ngủ. Căn hộ cũng có bếp để mình tự nấu ăn, tiết kiệm tiền ăn nhà hàng. Vậy nên hai anh em mình ở chung một căn hộ thì không có gì bất tiện mà còn tiện lợi mọi đường."

Bình không có ý kiến gì về sự sắp xếp của tôi. Anh chưa từng đến Paris nên hoàn toàn tin tưởng tôi sẽ làm một hướng dẫn viên du lịch chu đáo. Anh ở Thụy Sĩ bốn ngày để thăm một người chú ruột trước khi sang Paris gặp tôi.

Sân thượng căn hộ ở Citadines khá lãng mạn với hai chiếc ghế mây, lý tưởng để nằm sưởi nắng và ngắm Paris từ trên cao. Nhưng tiếc là đang mùa thu với những cơn gió rét ngọt nên tôi chỉ đứng vài phút là phải lui trở vào bên trong. Tôi sẽ làm gì cho đến hết một ngày trước khi gặp Bình đây. Không thể trùm mền nằm tự kỷ một mình, tôi quyết định khoác áo vào đi dạo lên đồi Montmartre. Mùa thu, đường lên đồi ít hẳn khách du lịch nên cảm giác rất lãng mạn. Nhà thờ Sacré Coeur trên đỉnh đồi cũng trầm mặc hơn. Tôi mở cửa bước vào thăm nhà của Chúa vài phút, ngắm những bức tranh ghép kính tuyệt đẹp rồi bước ra mà không biết phải cầu nguyện điều gì. Tôi luôn cho rằng cuộc đời mình không nên dựa vào thần thánh, mọi việc điều phải tự mình quyết định lấy. Thiên hạ vài tỷ người, làm sao Chúa nghe hết mà cứ cầu nguyện xin xỏ đủ điều.

Nhưng khi bước chân ra khỏi nhà thờ, cơn gió thu lạnh lẽo ùa đến xoắn lấy cơ thể tôi, tóc tôi bay rối bù vô định. Phút giây đó tôi muốn quay ngược vào nhà thờ cầu xin Chúa cho tôi một ai đó để ôm vào vòng tay ấm áp, để vuốt mái tóc đang rối bù được nằm xuôi xuống ngoan ngoãn. Tôi lạnh lẽo và cô đơn đến tuổi này là đủ lắm rồi. Ngày mai Bình sẽ đến, dù anh còn "bảnh" hay "bèo" đi nữa, tôi cũng cố tìm chút hơi ấm từ anh.

Quảng trường Tertre trên đồi Montmatre mùa này vắng lặng hẳn, các họa sĩ vẫn đang đứng vẽ trong làn gió thu. Những khách du lịch vào mùa hè phải xếp hàng để được vẽ truyền thần giờ chỉ còn lác đác vài người. Họa sĩ vì ít khách nên chắc vẽ kỹ hơn. Tôi chưa bao giờ thử ngồi xuống cho họa sĩ vẽ một bức chân dung. Tôi luôn ngại bị quá nhiều người đứng xung quanh chỉ trỏ, ngắm nghía, bình phẩm. Hôm nay tôi đột nhiên quyết định, mình sẽ có một bức truyền thần từ một họa sĩ trên đồi Montmartre. Tôi nói với ông họa sĩ đừng cố gắng vẽ tôi đẹp hơn bình thường, tôi thế nào thì họa lại thế ấy thôi. "Nhưng nếu ông vẽ tôi xấu hơn thực tế, tôi không trả tiền đâu đó!". Tôi đùa với ông họa sĩ già có giọng nói mang âm hưởng Đông Âu. Tôi muốn trò chuyện với ông cho không khí bớt căng thẳng nhưng ông thích tập trung vào công việc.

Cuối cùng tôi cầm trên tay bức chân dung của mình, tôi biết ông họa sĩ không giữ lời hứa, trông tôi lung linh hơn ngoài đời thật. Tôi tỏ ý trách móc vì tranh không giống. Ông già ngạc nhiên "Mọi khách hàng của tôi đều vui khi thấy họ đẹp hơn trong tranh. Chưa có ai than phiền như cô hết. Cô quả rất khó chiều."

Những họa sĩ trên đồi Montmartre này đã thuộc lòng bài học tâm lý, ai cũng muốn mình đẹp, nhất là lúc họ đang ở Paris. Phải có một lý do gì đặc biệt họ mới đến Paris, mới leo mấy trăm bật thang lên quảng trường Tertre. Và phải có một lý do gì khiến họ quyết định vẽ một bức truyền thần. Không bao giờ nên vẽ họ xấu hơn thực tế. Xui cho ông họa sĩ này, tôi quả rất khó chiều. Một cách nói khác người Việt Nam tả tình trạng của tôi là "khó chịu". Và họ cho lý do khiến tôi khó chịu là vì lớn tuổi rồi mà chưa lấy được chồng. Trên thực tế tôi bị bệnh khó chịu từ khi còn trẻ. Dường như không ai làm tôi hài lòng được lâu và bản thân tôi cũng không biết vì sao mình khó tánh khó nết đến như vậy.

Từ trên đồi Montmartre đi ngược xuống, những con hẻm nhỏ đầy ắp những cặp tình nhân đang ôm nhau đắm đuối. Tôi cố làm ngơ bước nhanh qua khỏi họ, cắm cúi đi một lèo về khách sạn Citadines. Tối nay tôi đành nấu mì gói ăn rồi trùm mềm nằm xem ti-vi vậy. Tôi thấy tình cảnh của mình thật buồn cười, đổ đường từ Sài Gòn sang tận Paris, vật vạ chờ đợi cả ngày trời chỉ để được gặp lại một người đàn ông mà giờ phong độ còn hay mất mình cũng không được rõ. Nhân viên và đồng nghiệp trong công ty tôi mà biết tôi đang thê thảm thế này chắc tôi không còn mặt để mất.

Nghĩ đến công ty, tôi ngồi bật dậy mở Ipad check e-mail. Công việc sẽ khiến tôi bớt nghĩ ngợi lung tung. Tôi vùi đầu vào làm việc, mong thời gian trôi qua mau. Ngoài kia Paris đã lên đèn, từ sân thượng căn hộ tôi nhìn xuống phố, khách bộ hành đang rộn ràng tới lui hứng khởi, hứa hẹn một Paris by night nhiều thú vui đáng nhớ. Tôi cố tập trung làm việc nhưng không hiệu quả, mọi thứ cứ rối mù cả lên. Làm sao tôi có thể làm việc được khi đang ở giữa trung tâm Paris, chỉ bước chân ra khỏi khách sạn Citadines là khu Montmartre về đêm sôi động với con phố Pigalle quyến rũ đã nuốt trọn tôi rồi.

Tôi lại khoác áo vào, ra khu phố Pigalle dạo chơi. Đây là khu vực nổi tiếng ở Paris có nhiều thú vui dành riêng cho "người lớn". Lúc trước nhiều đồng nghiệp Pháp dắt tôi đến đây, hỏi có muốn vào xem vũ sexy với điệu Cancan nổi tiếng trong Moulin Rouge không. Tôi tiếc tiền nên từ chối. Lần này đứng trước nhà hát Moulin Rouge về đêm sáng rực ánh đèn đỏ quyến rũ, tôi do dự muốn mua vé vào xem. Nhưng rồi tôi vẫn e ngại, không biết vì lý do gì. Tôi lang thang khắp khu Pigalle, xem khách du lịch háo hức chuẩn bị bước chân vào các nhà hát vũ sexy và hưởng thụ nhiều thú giải trí về sex sang trọng khác.

– Ủa, chị An hả? – Một người Việt Nam tách ra khỏi nhóm khách du lịch bước ra chào tôi – Nhớ em không, em là Hòa em của chị Hoa. Em sang Pháp học PhD mấy năm nay rồi. Em ở Lyon lên, dắt mấy anh doanh nhân sang công tác đi giải trí một tí ở Paris đó mà.

– À – Tôi gật đầu không mấy vồn vã – Nghiên cứu sinh bằng học bổng của chính phủ Việt Nam, em cũng biết tận dụng để giải trí chốn kinh thành ánh sáng nhỉ.

– Chị lại trêu em rồi – anh chàng tiến sĩ tương lai cười – Em thì thèm gì mấy cái điệu vũ sexy này. Nhưng mấy anh doanh nhân ở Việt Nam qua đi dự hội nghị nhờ em làm hướng dẫn viên, giải trí với gái Paris cho biết.

– Giàu quá hả? – Tôi lại nhếch môi đầy ác cảm – Ăn chơi mấy cái khoản này ở Paris mắc khủng khiếp!

– Đàn ông mà chị, vui chơi một tí cho biết với người ta – Hòa cười hềnh hệch – Mấy anh đó lúa lắm, có biết gì đâu. Mấy ảnh đổi tiền euro một xấp rất dày, nói với em là cứ coi một euro như là một ngàn đồng Việt Nam đi, khỏi tính toán gì cho mệt. Nhìn mấy ảnh rút euro ra rào rào em cũng sốc lắm...

– Ừ thôi em dắt họ đi chơi đi, chị có hẹn nên đi đây – Tôi hất cằm về tốp đàn ông Việt Nam đang đứng chờ Hòa – Vợ họ ở Việt Nam chắt chiu từng đồng, họ sang đây xài euro rào rào với gái, hừ!

– Thôi, chị cứ cay cú với đàn ông kiểu đó – Hòa lại cười hềnh hệch – Sao lấy chồng được?

Tôi không muốn làm "lớn chuyện" nên giả lả cười cho bọn đàn ông Việt Nam đi khuất mắt. Chồng con kiểu đó, không phải dành cho tôi. Hòa cười trừ phẩy tay ra hiệu cho đám đàn ông đang đứng chờ tiếp tục đi, tôi thấy họ đi ngang liếc xéo tôi rồi mọi người lao xao hỏi Hòa khá to "Ai mà nhìn chảnh quá? Cũng học tiến sĩ giống em hả? Chắc chưa chồng? Vừa chảnh vừa học cao, ế rồi!"

Dù không muốn đôi co, thái độ kẻ cả của tốp đàn ông đồng hương làm tôi chỉ muốn rượt theo nói một câu gì đó "dằn mặt". Tôi thấy mình may mắn chưa có chồng, lại càng không phải mấy ông chồng kinh khủng kiểu này. Nhiều người nghĩ vì tôi giao tiếp nhiều với người nước ngoài nên đã có sự so sánh, không thể lấy chồng Việt Nam. Họ không biết là với đàn ông nước ngoài tôi cũng không thể thấu hiểu hết và luôn cảm thấy lạc nhịp. Tôi thở dài nhớ đến John và khoảnh khắc tôi đã có thể làm "bad girl" với anh ở

Chicago. Nhưng tôi đã trót có nền giáo dục kiềm nén phụ nữ của Việt Nam rồi.

Tôi chặc lưỡi, phen này ở Paris, đang lúc thoát khỏi sự kiểm soát của phụ huynh, tôi phải trở nên rất "hư hỏng" mới được.

Alain Bình Bảnh, hãy đợi đấy!

Chương 13

Xa hơn một nụ hôn

Tôi luôn có cảm giác háo hức mỗi khi đứng trên sân ga, nhất là sân ga của Paris với những chiếc xe lửa tốc hành TGV đẹp đẽ và hiện đại. Những lần trước, khi đi công tác ở Paris, tôi hay tận dụng để đi xe lửa TGV đến một thành phố khác thuộc châu Âu. Những nhà ga lớn của Paris tôi đều đã đến để đi khắp ngả. Tôi đã đến Gare de l'Est để đi về hướng đông thăm thủ đô Berlin của Đức,

Gare de Montparnasse để đi về vùng Bretagne, Gare du Nord để đi các thành phố phía bắc như Luân Đôn và Bruxelles. Và đặc biệt Gare de Lyon là nơi vô cùng thân quen với tôi vì đây là nhà ga đổ về các tỉnh miền Nam nước Pháp tràn ngập nắng ấm, các thành phố của Ý, của Thụy Sĩ, của Tây Ban Nha.

Mỗi lần đến Gare de Lyon tôi đều đến trước giờ tàu chạy khá sớm để đi loanh quoanh. Tôi thích cảnh mọi người đủ quốc tịch chộn rộn trước các bảng điện tử. Giới doanh nhân châu Âu cũng đi công tác bằng xe lửa rất nhiều. Họ thường vào nhà hàng Le Train Bleu ăn uống trong lúc chờ đến giờ khởi hành. Một số người vào các quầy bán sách báo tìm mua một cuốn sách để đọc dọc đường.

Tôi yêu không khí bận rộn của nhà ga mà vẫn có rất nhiều khoảng lặng trong các quầy sách ở Gare de Lyon và tôi thường vẫn mua một cuốn sách loại đọc trên tàu xe, vừa rẻ vừa nhẹ. Tôi thích ghi trên trang đầu một vài từ kỷ niệm những dịp mình mua sách: "Gare de Lyon, nhân chuyến đến Marseille thăm gia đình Surlelac", "Gare de Lyon, còn hai mươi phút nữa sẽ cùng bà Pascale đi Barcelone", "Gare de Lyon, trong khi chờ lấy TGV đi Genève với chị Minh Tú".

Lần này, tôi cầm cuốn sách mới mua ra một góc yên tĩnh rồi bặm môi viết lên trang đầu "Gare de Lyon, lần đầu tiên không phải để khởi hành mà là để đón một người. Còn năm mươi phút nữa. Trời ơi lâu quá!"

Tôi đã lang thang ở nhà ga cả hai tiếng đồng hồ qua. Giờ chỉ còn năm mươi phút mà thấy quá sức mỏi mệt rồi. Tôi cố lật cuốn sách ra xem nhưng không tập trung nổi. Đó là một cuốn tiểu thuyết ba xu nhưng tôi đã mua đến ba trăm xu, tức là ba euros. Cuốn sách mỏng và có tựa đề rất hợp với hoàn cảnh "Je t'attend à là gare" (Em chờ anh ở nhà ga). Tôi quả thực đã mua nó vì cái tựa, và còn vì nó chỉ có ba euros, giá thấp nhất có thể.

Cái cảm giác chờ đợi thật là khủng khiếp, nhất là phải chờ đợi một người gần hai mươi năm nay chưa gặp mặt. Bình tả anh sẽ mặc áo manteau đen, khoác khăn choàng đỏ Bordeaux, đầu không đội nón. Tôi sẽ đứng ở đầu bờ kè của sân ga, chờ cho tới lúc anh xuất hiện cùng dòng hành khách lũ lượt kéo valise ra. Nếu tôi không nhận ra anh, anh sẽ vượt qua mặt tôi và coi như chuyện hẹn hò của chúng tôi thất bại hoàn toàn. Bình không cho tôi số điện thoại di động cũng không muốn có số của tôi. Anh cũng không thèm ghi lại địa chỉ khách sạn Citadines (ở Paris có nhiều khách sạn Citadines). Anh viết "Nếu em không nhận ra anh, thì anh ngại ngùng quá. Anh sẽ lang thang đầu đường xó chợ nào đó ở Paris một mình. Em sẽ không bận tâm đến anh nữa".

Tôi cầu mong Bình không thay đổi để tôi có thể nhận ra anh dễ dàng. Nhưng ai mà không thay đổi sau gần hai mươi năm chứ. Bình thử thách tôi quá. Nếu gặp đàn ông khác tôi đã nổi quạu trước lời đề nghị kỳ cục nhưng biết làm sao được. Vì đó là Bình, vì đó là người hiện hữu quá nhiều trong những giấc mơ của tôi.

Cuối cùng thì chuyến tàu TGV từ Genève cũng đến Paris. Tôi hít thật sâu, giương mắt lên, chuẩn bị tinh thần. Cảm giác bối rối và hồi hộp làm tôi muốn ngộp thở. Những người khách đầu tiên trên chuyến tàu đã xuống sân ga. Ai cũng mặc áo khoác đen hết. Những toa đầu tiên hành khách đã xuống hết và lần lượt đi ngang qua tôi. Những dòng khách tiếp theo từ những toa phía dưới cũng dần dần lướt qua. Tôi chong mắt tìm những người đàn ông có tóc đen trong vô số những mái tóc nâu, hung và vàng.

Những người đàn ông tóc đen hiếm hoi rồi cũng dần lướt qua tôi. Cuối đường chỉ còn lác đác chừng mấy chục hành khách nữa. Ôi trời ơi, thế là Bình đã đi ngang qua mà tôi không thể nhận ra. Tôi thở dài nặng nề, cố đứng nán lại chờ cho xong tốp hành khách cuối cùng đang tiến đến, chẳng có ai tóc đen hết.

Lẽ nào tóc Bình hoặc đã bạc trắng hoặc đã nhuộm sang màu khác?

Thế rồi những người cuối cùng cũng lướt qua. Tôi trấn tĩnh lại vài giây, thất vọng não nề, chán nản chực khóc. Rồi tôi cũng phải quay lưng bỏ lại sân ga vắng ngắt.

"Bé An ơi! Anh Bình đây!"

Một hành khách từ trên toa đầu tiên nhảy xuống. Tôi chớp đôi mắt đã rất mỏi vì cố giương lên chăm chú của mình suốt mấy chục phút qua, nước mắt ứa ra cay xè, nhòe nhoẹt. Giờ đây tôi gần như không nhìn thấy gì nữa hết.

Ai đó đã ôm tôi vào lòng, siết rất chặt, lắc rất mạnh. Tôi mệt quá rồi, thôi thì cứ tiện thể, ai ôm mình thì mình dựa lại. Một bờ vai rất chắc, một vòm ngực rất rộng, và tôi thoảng nghe mùi hương ngồ ngộ của xà bông đá Sài Gòn thời xưa cũ.

Mùi hương đó mạnh hơn trên chiếc khăn tay được chìa ra "Thôi, em lau nước mắt đi rồi mình ôm nhau... khóc tiếp!" và tôi nghe một tiếng cười vang vui vẻ mà nghẹn ngào.

Tôi ngước nhìn lên, cố gắng cười cho ra tiếng "Em mỏi mắt quá vì lo nhận diện anh, chứ ai thèm khóc, anh đứng ngay trên toa đầu tiên từ nãy đến giờ mà bắt em đứng dưới này chờ mòn mỏi...". Đột nhiên giây phút đó, tôi tủi thân bật khóc òa nức nở, không kiềm chế được, một cảm xúc bất chợt trào dâng nằm ngoài "kịch bản" đón rước Bình. Bình lại ôm tôi vào lòng vỗ về như thể tôi vẫn là cô bé mười tám tuổi. Cuối cùng thì tôi cũng đã gặp lại anh sau bao năm dài mơ tưởng.

Bình đứng đó trên sân ga, anh cao hơn tôi nhớ rất nhiều. Tôi nhận ra anh ngay, dù thật ra anh cũng đã ít nhiều thay đổi. Vầng trán cao thông minh, đôi mắt to với ánh nhìn dịu dàng đang nhòe nước, môi anh đang mỉm cười tươi tắn nhưng kìm nén cảm xúc. Bình bước ra từ giấc mơ, cầm hai tay tôi âu yếm, để lộ rõ sự xúc động rất mãnh liệt.

– Anh đứng trên cửa sổ toa đầu tiên, nhìn xuống thấy em căng thẳng lắm. Anh tưởng em rất mạnh mẽ, giống mấy tấm hình dự hội nghị trên facebook. Nhưng em vẫn như xưa, nhỏ bé, hiền lành, dễ thương quá...

– Trời ơi, anh Bình – Tôi bật cười – Lâu lắm rồi mới có người dành cho em mấy mỹ từ này – Em không còn hiền lành như anh tưởng đâu.

– Thật kỳ lạ, anh luôn hình dung lúc gặp lại – Bình cười hóm hỉnh – Em sẽ chỉ đứng yên rất tự chủ, rất ra dáng oai phong của một phụ nữ thành đạt và lạnh lùng. Vậy mà...

– Thôi mình về đi, đứng đây chùi nước mắt hoài nhìn sến quá! – Tôi lại bật cười – Em sẽ phạt anh cái tội đứng nhìn em từ trên cửa sổ mà không chịu xuống, bắt em đứng chờ, hồi hộp và lo lắng. Mệt quá trời nè.

– Anh đâu có ý đó – Bình phân bua – Tại đột nhiên nhìn cảnh em bối rối, mắt chăm chú tìm kiếm, hai bàn tay xoắn chặt nhau hồi hộp, anh thấy dễ thương quá nên chết lặng đứng ngắm hoài, quên nhảy xuống luôn.

– Xạo dễ sợ! – Tôi cười xòa – Em nhớ ngày xưa anh đâu có sướt mướt dữ vậy.

Tôi dắt Bình xuống métro. Anh nhìn cách tôi hướng dẫn rành rẽ, mắt ánh lên tia lém lỉnh trêu chọc "Em giống y như là Parisienne rồi". Tôi nhớ ngày xưa Bình hiếu động và lanh lợi, nhưng đó là lúc anh hòa mình chơi đá banh hay tạt lon với mấy anh con trai khác trong xóm. Còn với tôi Bình luôn dịu dàng, anh nói năng nhỏ nhẹ, gần như là nâng niu cô em hàng xóm bé bỏng. Chưa bao giờ Bình để lộ tình cảm gì vượt quá sự trong sáng, cho đến buổi tối anh chở tôi bềnh bồng khắp Sài Gòn.

– Cuối cùng thì anh cũng đến nước Pháp – Bình ngồi xuống bên tôi trong métro – Cuối cùng thì anh cũng đến Paris, và, cuối cùng thì anh cũng gặp lại em.

– Anh vẫn còn bảnh như ngày xưa – Tôi nghiêng đầu nhìn Bình lộ liễu – Thậm chí còn đẹp trai hơn cả Alain Delon. Em không nhớ là anh có cơ bắp căng phồng sau làn áo như vậy.

– Bên Mỹ ai cũng chơi thể thao rất nhiều. Với lại, chuẩn bị gặp lại em nên anh tập tạ mấy tháng nay –

Bình cười nửa đùa nửa thật – Nãy giờ là anh đang cố gồng lên cho thêm đô đó.

– Hèn gì trời lạnh thấy mồ bày đặt cởi nút áo khoác ra cho thấy áo sơ-mi bên trong – Tôi phá lên cười – Thôi thư giãn đi, đừng có gồng nữa.

Bình gật đầu cười, giả bộ ngại ngùng cài nút áo khoác lại che bộ ngực nở nang. Tôi chợt nhận ra thay đổi lớn nhất của anh trong gần hai mươi năm qua là cơ bắp.

– Ngày trước anh trông thư sinh hơn nên thấy hiền và, rất lành – Tôi nhận xét – Giờ tập tạ dữ quá nên thấy có phần... nguy hiểm.

– Ngày trước ở Sài Gòn thiếu thốn không có gì ăn, thanh niên mà nặng chưa đến 50 kg – Bình đột ngột trầm ngâm – Anh nhớ em cũng xanh xao, ốm o gầy còm chứ đâu có mướt mát như vầy. Giờ nhìn em anh thấy cũng... nguy hiểm lắm.

– Vậy thì cả hai đề phòng nhau nghe – Tôi cười – Hồi đó em khờ quá!

– Anh cũng khờ quá! – Bình mỉm cười tư lự – Nếu không giờ này cuộc đời anh và em đã khác rồi.

Chúng tôi ngồi im, để cho ký ức ùa về. Những năm tháng ngây thơ của chúng tôi ở xóm nhỏ Tân Định đẹp biết bao. Nếu Bình ở lại Việt Nam, có lẽ chúng tôi đã là một đôi. Sau buổi tối chở nhau lang thang khắp Sài Gòn đó, còn gì có thể ngăn cản chúng tôi đến với nhau nữa. Bình sẽ chờ tôi học xong đại học, chúng tôi cưới nhau sau đó ít lâu. Tôi sẽ sang nhà Bình làm dâu và chắc là mẹ tôi vui mừng lắm. Gia đình hai bên cô dâu – chú rể đối diện nhà nhau, đám cưới chắc phải đưa dâu đi lòng vòng một chặp mới quay về.

– Sao hồi đó anh sang đến Mỹ rồi thì không liên lạc về Việt Nam nữa? – Tôi buột miệng trách – Thời đó cái mốt nữ sinh Sài Gòn yêu Việt kiều cũng thịnh lắm.

– Khi cả nhà anh ra đi... – Bình thở dài – Mọi người đã xác định bỏ lại tất cả sau lưng và sẽ không bao giờ quay về. Cố gắng liên lạc với em chỉ làm cả hai buồn hơn.

– Nhưng về sau này rất nhiều Việt kiều trở về khi tình hình vui vẻ hơn. Giá mà anh về Việt Nam chừng mười năm trước, rồi... cưới em – Tôi cố đùa nhưng nghe giọng chua chát – Thì em đã có chồng Việt kiều và đã được đi Mỹ rồi.

– Đi Mỹ? – Bình cũng cố cười – Rồi sao nữa? Khi đó em đã là một bác sĩ và được đi tu nghiệp nước ngoài về, sự nghiệp đang xán lạn. Em chịu sang Mỹ đi học lại đại học không?

– Thì em đi... làm *nail* – Tôi bật cười – Làm *nail* cũng được mà. Miễn là ở với anh...

– Thôi em làm ơn đừng cà rỡn nữa – Bình kéo cổ

áo cao lên, giọng nghiêm túc – Em đã quá thành đạt trong sự nghiệp. Người như em chắc chắn là có tầm nhìn từ rất sớm. Em không phải týp phụ nữ chấp nhận làm *nail* chỉ để được làm vợ. Thật sự anh khá sốc khi biết em còn trẻ vậy mà đã làm tới chức trưởng phòng Y vụ trong công ty dược thuộc loại lớn trên thế giới, đi công tác nước ngoài như đi chợ. Ngày xưa anh không nghĩ em sẽ học Y khoa...

– Em cũng bị rớt Đại học Y Dược khi thi lần đầu – Tôi thú nhận – Nhưng hồi đó em cũng đâu phải là quá dốt đến mức không thi được vô Y...

– Không dốt nhưng không có biểu hiện là một bác sĩ tương lai, anh tưởng em thích làm ca sĩ chứ, suốt ngày chỉ bắt anh chép bài hát trong băng cassette ra – Bình nhìn tôi như thể trước mặt anh chỉ là cô bé hàng xóm năm nào – Em làm nhão của anh cả chục cuộn băng vì cứ tua đi tua lại chép lời.

– Anh có nhớ bài Paroles không? – Tôi bật cười – Tiếng Việt dịch là "Những lời dối gian" đó. Em giả Dalia hát không tới, nhưng anh giả Alain Delon đọc lời thoại thì hay dễ sợ. Trời ơi giọng Pháp của anh nghe truyền cảm quá. Em mê anh kinh khủng. Chắc anh không biết em mê anh đến thế nào đâu, mê ghê gớm...

– Những lời dối gian! – Bình lắc đầu cười nhưng mắt anh mờ nước – Anh nhớ ngày xưa em đâu có lẻo mép dữ vậy. Nếu anh mà biết em mê anh đến thế, anh khỏi đi Mỹ, ở lại Việt Nam cưới em cho xong.

– Nếu anh ở lại Việt Nam – Tôi mơ màng – Nếu anh cưới em, chắc giờ mình cũng có hai ba đứa con...

– *Avec des "si" on mettrait Paris en bouteille* – Bình cố cười trong xúc động – Với chữ "nếu" người ta bỏ được Paris vào trong chai.

Chúng tôi ra khỏi métro, đi bộ về khách sạn. Trời mùa thu đột ngột đổ mưa. Mưa nhỏ thôi, không ầm ầm như mưa Sài Gòn nhưng từ trạm métro về đến Citadines mà không ô dù gì cũng đủ ướt hết tóc. Bình dường như không thấy phiền toái vì cơn mưa thu bất chợt, anh cởi áo khoác che cho tôi nhưng mái tóc mới của tôi thế là đi tong rồi.

– Đây là căn hộ em tả với anh trong e-mail – Tôi dắt Bình đi một vòng – Có phòng ngủ rất lãng mạn, một cái bếp nhỏ xinh, một phòng khách ấm áp, một phòng tắm thơm tho, và còn một sân thượng để ngắm mưa thu nữa. Ở Paris như vầy là thiên đường rồi đó!

– Căn hộ rất dễ thương – Bình dụi mắt – Thật mà cứ như mơ. Anh và em ở giữa Paris. Trời ơi!

– Trời ơi cái gì – Tôi bật cười – Anh phải chia tiền với em đó nhe. Nếu không thì em có cảm giác mình thất thế quá, đổ đường từ Sài Gòn sang, lại còn thuê phòng khách sạn ở Paris để chờ đón anh. Đời em sao có lúc xuống thê thảm như vậy chứ!

– Được rồi anh trả lại hết mọi phí tổn cho em từ vé máy bay đến tiền khách sạn. Đời em không thể thảm đâu – Bình ngồi xuống ghế sofa nhìn tôi dò hỏi – Chắc là có rất nhiều gã trai si tình em trong suốt những năm tháng vừa qua. Hồi đó em mặc áo dài trắng đi học, mấy thằng Cu và "non-Cu" trong xóm mình chết lên chết xuống.

– Khi em không còn là một thiếu nữ trong sáng mặc áo dài nữa, thậm chí còn nhiều người chết lên chết xuống vì em hơn – Tôi vuốt mái tóc ẩm ướt – Ai cũng nói em trẻ hơn tuổi, em đang ở giai đoạn đẹp nhất đời một phụ nữa đó!

– Sao em không làm giám đốc Marketing mà làm cố vấn Y khoa! – Bình cười vang – Hồi đó em đẹp nhưng ngây thơ nên không ý thức mình đẹp. Còn bây giờ, giá trị lớn nhất của em là sự tự tin!

Ngoài trời mưa rơi nặng hạt hơn, ánh sáng xám hắt vào phòng mờ ảo. Bình đang ngồi trên ghế sofa với một dáng vẻ vô cùng thoải mái, khuôn mặt anh bừng sáng với nụ cười điềm tĩnh của người từng trải. Gần hai mươi năm qua anh đã làm gì, đã trải qua bao nhiêu mối tình, đã có bao nhiêu phụ nữ lao vào anh và đặc biệt là có bao nhiêu phụ nữ cố đừng nhào vào lòng anh như tôi đang kiềm chế lúc này?

– Anh vẫn luôn tự hỏi – Bình nhìn sâu vào mắt tôi – Nếu tối hôm đó ở Sài Gòn, anh dừng xe lại một nơi nào vắng vẻ và lãng mạn, mình... hôn nhau. Ngày hôm sau anh có còn đủ cản đảm ra đi hay ở lại Việt Nam mãi mãi?

— Nếu hôm đó anh hôn em — Tôi thở dài — Nếu hôm đó mình hôn nhau...

— Anh luôn tự hỏi một nụ hôn với em vào thời điểm đó sẽ có vị gì? — Bình ngả người sâu vào lòng ghế — Nụ hôn đầu đời của cả anh và em.

— Lúc đó anh đã hai mươi ba tuổi mà chưa từng hôn ai sao? — Tôi ngạc nhiên — Hóa ra anh khờ thật à?

— Anh không được phép yêu ai hết — Bình thở dài — Vì biết cả gia đình sẽ cùng nhau đi Mỹ, tất cả anh chị em trong nhà đều được ba mẹ anh cài đặt chế độ "bất động trong tình yêu".

— Người ta có thể kiểm soát được trái tim mình sao, nhất là lúc đang trong độ tuổi yêu đương? — Tôi ngờ vực — Anh thật sự phải kiềm chế trước khi đi Mỹ?

Bình không trả lời, anh ngước nhìn tôi, âu yếm và dịu dàng. Hình ảnh này quen thuộc biết bao nhiêu, tôi đã nhìn thấy anh đầy yêu thương như thế trong những giấc mơ. Nhưng gương mặt anh luôn thể hiện một ánh nhìn khó giải thích. Và vì lẽ đó, anh ám ảnh tôi suốt hai mươi năm qua. Tôi đã luôn tự hỏi Bình có thích tôi, thích đến mức nếu gần gũi nhiều hơn thì yêu tôi hay anh chỉ xem tôi là cô bé hàng xóm dễ thương mà thôi.

— Sao em cứ đứng cách xa như vậy? Lại đây ngồi với anh — Bình đưa tay ra mời — Anh đã được hủy lệnh "bất động trong tình yêu" từ rất lâu rồi.

— Vậy bây giờ anh đang được cài đặt chế độ gì? — Tôi bật cười đến ngồi bên Bình — Em cũng không còn là cô bé hàng xóm mới mười tám tuổi nữa đâu.

— Ờ, mình không còn khờ dại nữa — Bình mỉm cười — Nhưng ở gần em như vầy, sao anh vẫn thấy run quá...

— Em cũng run — Tôi cố cười phá lên cho không khí bớt nghiêm trọng — Giá mà Paris cũng có xe Dream, chỉ cần anh chở em đi một vòng, em sẽ...

Bình đột ngột xoay người lại ôm siết tôi vào lòng. Và tôi thấy anh đang run lên vì xúc động. Cả cơ thể tôi nóng rực lên. Ngực chúng tôi áp vào nhau với những nhịp tim cuồng loạn. Mắt chúng tôi nhìn nhau đắm đuối. Rồi cả hai đều chủ động tìm môi nhau hối hả. Nụ hôn đầu tiên của chúng tôi, vồ vập và gấp gáp, cả hai gần như là cắn đớp vào môi nhau đến mức tôi rồi cũng phải rên lên xuýt xoa.

"Bình tĩnh!" — Bình dừng lại nâng cầm tôi lên — Bình tĩnh chứ em", rồi trong một tích tắc tôi bình tĩnh lại, anh lấy thế chủ động, cuốn tôi vào một nụ hôn dài bất tận. Nụ hôn mà tôi đã chờ đợi tưởng như vô vọng gần hai mươi năm qua.

Anh hãy chở em đi, hãy cho em trôi bềnh bồng không màng đến bến bờ như buổi tối ở Sài Gòn năm đó. Cho em tan ra thành ngàn mảnh, ngất ngây, hạnh phúc. Và hãy cho em đi xa hơn!

Xa hơn...

Chương 14

Lời tỏ tình của Paris

Trời thu Paris vào buổi sáng sớm không hề ấm áp với bầu trời xám và làn gió rét cắt da. Những đợt lá vàng rụng từng cơn lìa cành, xót xa, buồn man mác. Dân Paris phải tiếp tục chịu đựng thời tiết ngày càng tệ hơn và mùa đông lạnh lẽo đang ập đến. Tôi vẫn biết đến Paris vào mùa thu không phải là một chọn lựa thông minh, nhưng lần này, tôi thấy Paris đẹp rực rỡ hơn bao giờ hết.

Bình nhất định đòi ra đường lúc mọi người đi làm vào buổi sáng để chứng kiến cảnh Paris giờ cao điểm dưới métro. Hai kẻ đến Paris chỉ để nghỉ ngơi giờ cũng bị chen lấn, xô đẩy, chịu đựng đủ mùi dầu thơm sang hèn của khách đi tàu điện ngầm.

— Đến trạm Champs Elysées Clemenceau mình xuống nhe — Tôi nhăn nhó ra hiệu với Bình — Em chịu hết nổi rồi, mình tìm chỗ nào ăn sáng và uống cà phê luôn.

— Uống cà phê ở Paris thì anh chỉ muốn đến Quartier Latin thôi — Bình lắc đầu — Hãy cho anh thăm Paris bắt đầu bằng tách cà phê sữa ở quán Les Deux Magots.

— Trời ơi! — Tôi la lên — Anh tính đứng chen lấn trong métro cho đến lúc đó sao, mình không tiện đường đâu. Lúc khác em cho anh vô Quartier Latin.

— Chiều anh đi mà — Bình mỉm cười nài nỉ — Lần đầu anh ở Paris nên muốn thực hiện một số điều anh ao ước từ lâu.

Tôi bật cười, gật đầu đồng ý. Tôi nhận ra từ lúc gặp lại Bình, anh "sai khiến" gì tôi cũng chịu. Ngay cả trước khi gặp lại Bình, anh đề nghị tôi đổ đường từ Sài Gòn qua Paris tôi cũng đã ưng thuận. Chưa có một người nào có đủ uy quyền để tôi "cúc cung tận tụy" nghe đâu làm đó như Bình. Tôi là một người khó chiều chuộng như ông họa sĩ trên Montmartre nhận xét, nhưng giờ tôi luôn thích đi chiều chuộng Bình. Tôi tự hỏi vì sao mình trở nên lụy tình như thế. Bình không phải là người đàn ông đẹp trai nhất trong đời tôi từng gặp, anh cũng không phải người tài giỏi nhất, thành đạt nhất, giàu có nhất. Không lẽ mối tình đầu có sức mạnh đến như thế hay sao?

Thật ra Bình chưa bao giờ nói yêu tôi, trước ngày anh đi Mỹ và cả khi chúng tôi gặp lại nhau ở Paris. Thậm chí, hôm qua khi chúng tôi cùng nhau "đi xa" hơn, lên tận đỉnh cao của ái tình thì Bình cũng không hề nói "Anh yêu em" và tôi cũng không có tâm trí nào mà đòi được nghe những lời đường mật. Ở tuổi này giờ đây cả tôi và Bình đều không muốn nói nhiều mà chỉ thích thể hiện bằng hành động. Chúng tôi thích được hôn nhau mải miết, ghì lấy cơ thể của nhau, cùng nhau trải qua những giây phút cuồng nhiệt nhất, thấy mình gắn kết và thuộc về nhau trọn vẹn, hân hoan. Hạnh phúc tột cùng.

Nhưng dù chúng tôi chẳng ai nói đến chữ yêu, tôi chưa từng có cảm giác kỳ lạ về hạnh phúc bên một người đàn ông như lần này. Với Bình tôi tưởng mình vẫn còn mười tám tuổi và thật sự chúng tôi như mới yêu nhau lần đầu. Tôi không cần biết suốt những năm tháng qua anh có bao nhiêu phụ nữ khác trong đời, Bình cũng không quan tâm tôi đã trải qua bao nhiêu mối tình. Những gì không dám làm và chưa thể làm vào buổi tối chia tay ở Sài Gòn giờ chúng tôi cùng nhau tận hưởng đến mức đam mê nhất, tận cùng nhất.

– Sao anh vẫn còn mùi hương xà bông đá của hồi đó vậy? – Tôi gối đầu lên tay Bình tò mò hỏi – Em tưởng anh qua Mỹ lâu rồi thì xài dầu thơm nào khác.

– Hồi mới đi Mỹ anh không còn xà bông đá tắm nên luôn thấy khó chịu – Bình bật cười – Sau này tình cờ anh được một người bạn tặng một chai dầu thơm có mùi giống hệt xà bông đá. Anh thấy nhớ Sài Gòn khủng khiếp. Hồi đó thiếu thốn phải xài xà bông đá, nhưng cái chai dầu thơm này thì giá cả trăm đô.

– Xà bông đá tự nó không thơm, nhưng anh tắm lên người anh thì mùi hương trở nên đặc biệt – Tôi nhổm dậy nhìn Bình thú nhận – Hồi đó mỗi lần đứng gần anh là lúc em bị mùi hương của anh quyến rũ khủng khiếp.

– Sao em có thể nhớ được một mùi hương sau gần hai mươi năm? – Bình xúc động kéo tôi vào lòng – Chưa từng có ai nhận ra mùi dầu thơm anh đang xài bây giờ đúng là có hương xà bông đá của Sài Gòn thời đó. Kể cả mấy anh chị của anh, những người cũng bị tắm gội bằng xà bông đá suốt bao nhiêu năm trời.

Chúng tôi vào Quartier Latin, cho Bình uống cà phê ở cái quán trứ danh trong văn học là Les Deux Magots. Tôi chưa từng thích bắt chước những người nổi danh để tận hưởng Paris giống họ, tôi thấy việc đó rất "nhà quê" và khá sến. Nhưng sáng nay, ngồi bên Bình trong Les Deux Magots, nghe anh huyên thuyên kể tên những văn nghệ sĩ châu Âu từng ngồi trong quán này đàm đạo với giọng điệu say mê, tôi thấy mình không hề quê mùa mà thật sự cũng rất sang trọng và trí thức. Lẽ nào tôi yêu Bình đến mức anh làm gì tôi cũng thấy thú vị.

– Làm gì em nhìn anh cười hoài vậy? – Bình nhận ra tôi đang ngắm anh – Em thấy anh giống ở quê mới lên tỉnh phải không?

– Không, anh chỉ ở bên Mỹ thô kệch sang kinh thành ánh sáng thôi – Tôi bật cười – Không thể tin được một người từng rất giỏi tiếng Pháp giờ ở Paris mà chỉ nói được hai chữ "Bonjour" và "Merci".

– Đừng chọc quê anh chứ! – Bình lắc đầu cười, có vẻ hơi chua chát – Khi sang đến Mỹ tiếng Anh của anh rất tệ. Cả nhà anh lao vào học tiếng Anh trối chết. Anh ghi danh học lại đại học, vô giảng đường nghe như vịt nghe sấm. Anh cố gắng trao dồi tiếng Anh, thì tự nhiên tiếng Pháp lụn bại mất.

– Rốt cuộc anh học ngành gì, đang làm chức vụ gì, ở đâu? – Tôi ra vẻ thờ ơ hỏi – Anh lên facebook biết hết về em, nhưng em thì không biết gì về anh cả.

– Anh là một người sinh nhầm thời, học nhầm ngành, định cư nhầm nước – Bình cúi xuống uống một ngụm cà phê – May mà anh chưa cưới nhầm người.

– Rốt cuộc anh chưa từng có vợ hay đã li dị vậy? –
Tôi tò mò ra mặt – Thật khó tin anh đang độc thân.

– Anh chưa từng có vợ – Bình nhìn sâu vào mắt tôi
khẳng định – Nếu em còn nhớ, hồi ở Việt Nam anh
tốt nghiệp đại học Sư phạm ngành tiếng Pháp. Lẽ ra
anh nên định cư ở Pháp thay vì Mỹ. Sang đến Mỹ,
anh lại bị gia đình bắt học ngành IT. Người nước
ngoài ở Mỹ muốn tìm được việc làm chỉ nên học các
ngành kỹ thuật, còn các ngành cần giao tiếp nhiều
như Sư phạm, Ngoại ngữ, Luật, Kinh doanh... đều
cạnh tranh không lại người bản xứ vì tiếng Anh của
mình không thể bằng họ được.

– Sao đã biết trước sau gì cũng đi Mỹ mà gia đình
anh khi đó không lo học tiếng Anh trước đi – tôi thắc
mắc – Anh lại tốn năm năm học Sư phạm tiếng Pháp
làm gì chứ?

– Anh là học sinh giỏi toàn quốc môn tiếng Pháp
nên được tuyển thẳng vào đại học luôn – Bình nhìn
tôi buồn buồn – Thật ra hồi đó anh thích học Y khoa,
nhưng Y khó đậu, anh sợ nếu rớt đại học anh sẽ bị đi
"nghĩa vụ quân sự". Anh thì quá sợ chiến tranh rồi.
Nên cuối cùng anh học Đại học Sư phạm. Thời đó
nhà nước còn bao cấp giáo dục đại học, anh không
bị đóng học phí gì hết mà còn được học bổng hàng
tháng, cũng phụ mẹ anh được chút ít tiền chợ. Còn
tiếng Anh? Một lý do cả nhà anh không ai học tiếng
Anh trước là: không có tiền.

– Không có tiền? – Tôi kinh ngạc thốt lên – Em thấy học tiếng Anh ở mấy trung tâm buổi tối đâu có bao nhiêu tiền...

– Nhưng với gia đình anh thì đó là một món tiền lớn – Bình bật cười chua chát – Nếu em còn nhớ, vì hồi đó em nhỏ quá, cả nhà anh không ai có công ăn việc làm ổn định. Mấy anh chị của anh làm việc lền èn vì không có bằng cấp gì hết. Người đi dạy đàn ghita, người dạy judo, người nhận đan móc áo len, người làm bánh bỏ mối cho các nhà hàng. Anh lúc đó cũng đi dạy kèm mấy em học sinh.

– Anh cũng có dạy em tiếng Pháp mà không lấy tiền – Tôi thốt lên – Nếu biết nhà anh nghèo như vậy em đã nói mẹ em đóng tiền cho anh rồi.

Bình phá lên cười làm tôi cũng cười theo. Anh nắm hai tay tôi áp lên má anh. Tôi nhận ra anh đang xúc động ứa nước mắt. Chúng tôi ngồi im nhìn Paris ngoài cửa kính. Cuộc đời thật trớ trêu, có ai ngờ ngày xưa Bình dạy tôi tiếng Pháp mà giờ đây anh không thể tự tin giao tiếp được ở Paris, cứ ngại ngùng bắt tôi phải nói với bồi bàn. Thật ra lần đầu đến Pháp tôi cũng không hiểu người Pháp nói gì. Tiếng Pháp học được ở Việt Nam khác xa với thứ tiếng dân Paris đang líu lo nói. Mấy năm tu nghiệp ngành Y ở Pháp mới giúp tôi nói được tiếng Pháp như bây giờ.

– Thật ra tiếng Pháp anh quên nhiều – Bình quay

sang nhìn tôi cười – Nhưng lời các bài hát ngày xưa mình chép ra từ băng casette thì anh vẫn nhớ. Cho nên với anh bây giờ, tiếng Pháp chỉ còn là những lời hoa mỹ trong các bản tình ca.

– Anh vẫn còn lãng mạn quá – Tôi bật cười – Trong khi em chẳng nhớ nổi một bài hát nào trọn vẹn. Em trở nên thực dụng, hung hăng, cạnh tranh quyết liệt, lúc nào cũng muốn mình phải là người giỏi nhất, nắm giữ vị trí cao nhất, quyền lực nhất.

– Thật khó tin em lại trở nên như vậy – Bình mỉm cười – Anh vẫn giữ mãi hình ảnh em mặc áo dài trắng đi học về. Mấy thằng con trai xóm mình canh giờ, đứng ngoài đường mong được thấy em. Nhìn em vô cùng trong sáng, mong manh, nhỏ bé.

– Em cũng không nghĩ anh lại yếu đuối, ủy mị, sướt mướt và ướt át như bây giờ – Tôi chọc quê Bình – Em nhớ ngày xưa anh phá phách nhất xóm, anh đá banh giỏi nhất, anh chạy đua nhanh nhất, anh còn đánh cầu lông được lên Phường lãnh giải thưởng nữa.

– Ờ, kỳ thật, không lẽ vì anh đi Mỹ nên trở nên yếu đuối hơn, còn em ở lại Việt Nam nên trở nên mạnh mẽ hơn!

Chúng tôi lại cười phá lên, nhưng không thấy vui mà lại thoáng ngậm ngùi. Bình vẫn chưa nói cho tôi biết vì sao khi đến Mỹ rồi anh không liên lạc thường xuyên về với tôi và cũng không về Việt Nam chơi khi đã ổn định cuộc sống. Nhưng giờ tôi hình dung ra anh đã rất vất vả để phấn đấu trụ vững lại nơi cả gia đình anh quyết tâm định cư. Ba mẹ anh ra đi không chỉ vì lý do kinh tế mà còn vì tư tưởng chính trị khác biệt ở Việt Nam. Nhưng sống ở Mỹ thì cũng phải làm việc cật lực và cạnh tranh nhiều để tồn tại. Bình đã phải học lại đại học, học cái ngành anh không hề thích và học bằng thứ tiếng anh không hề biết. Và tôi chắc rằng khi ra trường, anh cũng gian nan mới tìm được việc làm khả dĩ, một công việc cũng không thuộc sở trường và bản tính của anh. Tôi tin anh đã nỗ lực rất nhiều, trưởng thành và mạnh mẽ hơn vẻ sướt mướt anh giả bộ thể hiện ra với tôi.

— Nếu em muốn biết rõ hơn lý lịch của anh thì đây anh xin khai — Bình đột nhiên lên tiếng — Anh là kỹ sư tin học, làm ở phòng Nghiên cứu và Phát triển của công ty Apple. Anh làm việc tại thung lũng Silicon, thành phố San Jose.

— Anh là nhân viên của Apple! — Tôi ồ lên ngạc nhiên — Cũng oách quá chứ, nãy giờ nghe anh nói em tưởng anh lèn èn thôi!

— Trời ơi, công ty Apple có cả ngàn kỹ sư — Bình phẩy tay — Làm nhân viên của Apple có gì oai chứ. Anh cũng chỉ là kỹ sư quèn thôi.

— Kỹ sư là oách rồi — Tôi cười — Còn quèn với không quèn gì nữa.

– Nhưng anh vẫn ước giá mà mình làm thầy giáo dạy tiếng Pháp – Bình nửa đùa nửa thật mỉm cười – Cuộc đời thanh bạch, giản dị, hạnh phúc biết bao...

– Trời ơi! – Tôi la lên – Nghề thầy giáo là nghề bạc bẽo nhất trên đời!

– Đúng rồi, gặp phải học trò giống em, học chùa không đóng tiền. Giờ ỷ đi Tây như đi chợ, cứ chọc quê anh nói tiếng Pháp nghe kỳ cục, coi chừng tụi Tây cười đó!

– Em giỡn thôi mà – Tôi cười xòa – Anh nói tiếng Pháp giống trong sách giáo khoa, vô cùng hàn lâm, vô cùng lịch sự, cứ như tụi quý tộc nói chuyện với nhau trong tiểu thuyết vậy đó. Thứ tiếng Pháp đó là thời Balzac, Alexandre Dumas, Victor Hugo.

– Đi Paris lần này về, chắc anh ghi danh học lại đại học – Bình ngồi sâu vào lòng ghế, vẻ cương quyết nửa đùa nửa thật – Anh sẽ thực hiện ước mơ làm thầy giáo tiếng Pháp.

– Thôi em xin can – Tôi xua tay quyết liệt – Làm kỹ sư ở Apple oai hơn. Làm thầy giáo tiếng Pháp nghe giống mấy ông già hết thời quá!

– Em đúng là bị nhiễm thói thực dụng của người Việt Nam thời nay rồi – Bình sắng giọng – Nhiều người Việt Nam mình bây giờ chỉ chạy theo những giá trị vật chất, nào là công việc trong công ty tên tuổi, lương cao vài ngàn đô la, đi công tác nước ngoài như đi chợ. Họ chỉ coi trọng doanh nhân thành đạt, đại gia lắm tiền nhiều của. Mọi người lên facebook khoe khoang vật chất. Không ai còn biết quý trọng những nghề thầm lặng mà cao quý như giáo viên nữa.

Tôi ngỡ ngàng trước thái độ nóng giận của Bình. Đột nhiên chúng tôi trở nên xa cách như hai thế hệ. Tôi nhận ra với Bình mình cũng nên dè chừng và cẩn thận chọn ngôn từ như khi trò chuyện với những người Việt kiều lớn tuổi khác. Dù sao tôi cũng là người trưởng thành hoàn toàn từ trong nước, dù có thời gian đi du học ở nước ngoài. Và Việt kiều thì luôn có sẵn ác cảm với những ai thành công ở Việt Nam. Họ luôn nghĩ người nào thành đạt đều dùng thủ đoạn, nếu không thì cũng thuộc loại "chỉ chạy theo những giá trị vật chất" như Bình vừa lên án tôi.

Bình có vẻ ân hận vì phút chốc phá hỏng không khí vui vẻ và thân mật của chúng tôi. Anh cúi xuống vuốt mặt, thở dài buồn bã. Và đúng vào giây phút này, tôi chợt nhận anh không còn vẻ bảnh bao, lãng tử hào hoa như Alain Delon mà từ sân ga trưa hôm qua anh đã hớp hồn tôi nữa. Anh ngồi trước mặt tôi, cô đơn và lạc lõng. Anh đúng là một người sinh nhầm thời, định cư nhầm nước, học nhầm ngành và làm việc nhầm nghề. Mà thật ra bản thân anh luôn ý thức được không phải mình nhầm mà vì thời cuộc và cuộc sống đưa đẩy, anh đã luôn ở thế thụ động để chấp nhận mọi thứ trong cuộc đời mình đều bị đặt sai chỗ.

– Anh xin lỗi – Bình nhìn tôi dè dặt – Lẽ ra anh nên biết rằng mình chỉ có chung tuổi thơ và cả tuổi trẻ tươi đẹp ở Sài Gòn. Còn lại thì những năm tháng qua mình sống và suy nghĩ quá khác biệt nhau.

– Em... – Tôi ngại ngùng – Em quên mất là anh với em cũng nên tìm hiểu lại...

– Ở bên Mỹ gần hai mươi năm nay anh luôn bị cuộc sống cuốn mình vào guồng bận rộn – Bình cố cười pha trò – Anh chưa từng nghĩ mình tiếc nuối nghề thầy giáo Pháp văn, nghe cứ như một ông già lỗi thời. Thật ra bên Mỹ nếu muốn học tiếng Pháp, họ vẫn thích chọn những ông thầy gốc người Pháp. Mà người Pháp di cư sang Mỹ cũng không phải hiếm. Thật khôi hài khi nghĩ tụi Mỹ chịu học tiếng Pháp với một người thầy Việt Nam. Tất cả là lỗi của Paris, làm anh trở nên điên rồ với những ý nghĩ không thực tế.

– Paris? – Tôi bật cười – Mỗi lần đến Paris em cũng hay mơ mộng những điều không thực tế. Em trở nên khác hẳn với con người thật của mình. Em muốn làm ca sĩ, mà không phải ca sĩ nổi tiếng có cát-xê nhiều, chỉ là ca sĩ hát rong thôi, hát dưới métro, trong công viên, ngoài đường phố. Đời một ca sĩ hát rong sao mà vô tư lự. Em ước mình có thêm một người bạn đời. Cả hai lang thang sống đời ung dung, tự tại.

– Sao nghe giống truyện kiếm hiệp Kim Dung quá vậy – Bình bật cười – Ý tưởng ca sĩ hát rong hay đó. Chiều nay mình sắm cây đàn, tìm chỗ nào hành nghề đi. Lâu lắm rồi anh không đàn hát gì hết, kể cả hát một mình trong nhà tắm như hồi còn ở Việt Nam.

Chúng tôi tay trong tay rời quán Les Deux Magots, lang thang khắp khu Quartier Latin với ý định tìm chỗ chiều nay hạ trại làm kẻ hát rong. Tôi thích những ý tưởng điên rồ, nếu Bình dám hát ngoài đường tôi cũng không ngại. Nhưng tôi biết anh giả bộ vậy thôi. Bình luôn là một người thức thời và biết chấp nhận cuộc sống, như anh đã luôn cố gắng suốt những năm tháng qua.

Chúng tôi đi qua khu Vieux Paris với những ngôi nhà cổ, nhà thờ và thư viện cổ. Rồi chúng tôi lang thang tiếp đến Notre Dame de Paris. Bình nói không uổng công anh từng học tiếng Pháp và đọc bao nhiêu cuốn sách văn học Pháp. Người nào không biết tí gì về lịch sử và văn học Pháp mà đến Paris chắc không cảm được hết vẻ đẹp của kinh thành ánh sáng. Rất nhiều người Mỹ bạn anh đến Paris du lịch, khi về họ chỉ nhớ Paris có tháp Eiffel, sông Seine, nhà thờ Notre Dame, bảo tàng Louvre. Vậy là hết rồi.

– Em thật may mắn được đến Paris nhiều lần – Bình nhìn tôi ganh tị – So với Paris, mọi thành phố bên Mỹ đều quá xấu xí và thô kệch.

– Anh không công bằng rồi – Tôi thốt lên – Mỗi nơi có một vẻ khác nhau chứ.

– Thành phố nào bên Mỹ sánh được với Paris chứ. Ở đây kiến trúc cổ vừa hùng vĩ vừa mang tính mỹ thuật cao, phố xá nhỏ hẹp thật lãng mạn. Và nhất là cái hồn của Paris thì không nơi nào có thể sánh bằng: những kiosque bán báo và carte postale, những quầy sách cũ bên sông Seine, những quán cà phê sữa thơm lừng, những cửa hàng bán bánh mì baguette, những hộp thư màu vàng... Trời ơi, Paris đẹp tuyệt. Sao anh phải chờ đến bây giờ mới chịu đến Paris?

– Em chỉ mới đến các thành phố thuộc bờ Đông ở Mỹ, và Chicago nữa – đột nhiên tôi rùng mình khi nhắc đến Chicago và chợt nhớ John nhói lòng – Em thấy Mỹ không lãng mạn như Paris, nhưng so về độ hoành tráng thì...

– Anh ghét vẻ hoành tráng ngạo nghễ của Mỹ – Bình nhăn mặt – Ra là em chưa đến bờ Tây, chưa biết bang California à?

– Dạ chưa – tôi trả lời – Nghe nói bờ Tây đẹp hơn bờ Đông nhiều lắm.

– Hồi mới sang Mỹ gia đình anh ở ngoại ô New York nhưng chịu không nổi sức ép và cạnh tranh cao, cả nhà dời sang bang California ở – Bình thở sâu như muốn quên đi những kỷ niệm buồn – Bang Cali có nắng vàng, trời ấm, thời tiết dễ chịu hơn, người dân cũng thân thiện hơn.

Chúng tôi dừng chân bên cầu Pont Neuf, bắc sang đảo Cité, sông Seine đang chảy lững lờ dưới kia. Nhìn sang đảo là nhà thờ Notre Dame de Paris, nhìn lại bên đất liền là hàng cây mọc ven sông đã trụi lá. Những thân cây đều tăm tắp, cành cây gầy guộc và khẳng khiu trong gió thu thật mong manh. Paris nhìn từ góc này đẹp lạ lùng. Bình dường như rất xúc động, anh trải tầm mắt ra khắp các hướng. Rồi vô cùng đột ngột, anh quay sang nhìn tôi tha thiết:

– Cảm ơn em đã cho anh biết Paris, cảm ơn em đã chịu hẹn gặp anh ở Paris.

– Thôi anh đừng sướt mướt nữa – Tôi bật cười xúc động – Cảm ơn gì, anh trả tiền vé máy bay lại cho em mà.

– Tiền bạc đâu quan trọng, với mức lương kỹ sư mà sống độc thân như anh, tiền bạc đâu có thiếu – Bình nắm tay tôi – Nhưng nếu anh ở Paris một mình, hoặc với một người nào khác, chắc chắn anh không cảm nhận Paris đẹp đến thế này đâu.

– Em cũng thấy lần này Paris đẹp nhất – Tôi thú nhận – vì có anh.

– Lần tới mình hẹn nhau ở San Francisco đi – Bình đột ngột đề nghị – Đó là thành phố anh thích nhất ở Mỹ. San Francisco khác hoàn toàn với Paris. Nhưng xứng đáng để anh đón em ở đó.

– San Francisco? – Tôi thốt lên sung sướng – Anh cũng sẽ cho em tiền vé máy bay chứ?

– Tất nhiên rồi, cái cô nàng vật chất này – Bình phá lên cười – Anh cho em hết mọi thứ trong đời anh. Trời ơi, anh yêu em!

Trước khi tôi kịp hoàn hồn nhận ra mình được Bình nói tiếng yêu đầu tiên, anh nồng nhiệt cúi xuống hôn tôi thắm thiết. Tim tôi thắt lại vì hạnh phúc, tôi ôm chặt lưng Bình, muốn giữ anh lại bên tôi mãi mãi.

Cảnh tượng này dường như tôi đã nhìn thấy trong một giấc mơ nào đó, anh hôn tôi trên một cây cầu cổ. Tôi biết Paris làm Bình phấn khích, nhưng nụ hôn này và cả lời tỏ tình thì anh đã để dành cho tôi từ rất lâu rồi.

Nhưng không hiểu vì sao anh phải kêu Trời khi nói yêu tôi?

Chương 15

Họp xóm châu Âu

Dù bận rộn và lịch đi công tác dày
đặc, tôi vẫn thường có những lần
họp lớp, từ bạn bè hồi Phổ thông đến bạn đại học,
họp bạn bè thời đi du học chung, họp đồng nghiệp
cũ ở những công ty đã nghỉ làm. Nhưng đây là lần
đầu tôi họp với hàng xóm cũ, gọi tắt là "họp xóm"
cho thân tình. Bình đã nhân cơ hội ở Paris để liên lạc

quy tụ các anh Cu và những anh "non-Cu" đang sinh sống ở châu Âu. Dù bận rộn mưu sinh, nhưng thật lạ là các anh chị đều cố gắng đổ đường xa đến Paris.

Anh Cu Nhọn đã gặp Bình ở Thụy Sĩ trước khi Bình đến Paris nhưng vẫn lấy xe lửa từ Genève sang. Anh Tín Húc ở ngay Pháp, chỉ từ Lyon leo một chuyến tàu tốc hành TGV lên, sáng đi khuya về. Anh Cu Dập từ Hà Lan sang bằng xe hơi. Anh Cu Síp cùng chị ruột là Oanh từ Copenhagen đáp máy bay sang. Anh Tú Cam, người gần nhất, sinh sống vùng ngoại ô Paris, hào hứng tài trợ chỗ hội họp và ăn uống. Đặc biệt nhất là anh Tuấn Lụi, ở tận bên Ý mà cũng chịu chơi bay sang Paris họp xóm.

Anh Tú Cam không những mời mọi người quy tụ về nhà mình mà ai không ngại thì túm tụm nhau ở luôn tại nhà anh. Tôi đi Paris nhiều lần nhưng chưa bao giờ biết được anh Tú Cam sinh sống ở ngoại ô từ mười tám năm nay. Nói chung tôi không quan tâm nhiều đến hàng xóm cũ và cũng chưa bao giờ lên facebook tìm họ. Nhưng mọi người cho biết họ lùng tìm nhau nhiều năm nay. Dường như vì xa quê, họ luôn khao khát tình đồng hương, tình hàng xóm thời niên thiếu. Gặp lại các anh chị, tôi mới biết những lần trước về Việt Nam họ đều tìm lại xóm cũ Tân Định, thậm chí họ còn đến thăm những hàng xóm cũ còn sót lại như ba mẹ tôi. Chẳng bao giờ họ gặp tôi vì ba mẹ tôi cho biết khi thì tôi đi du học, khi thì công tác nước ngoài, lúc bận rộn hội họp gì đó. Và thật là trớ trêu khi bây giờ họ mới gặp được tôi ở Paris.

Tôi không dám nói mọi người mình hẹn với Bình nên mới từ Việt Nam bay sang. Tôi cứ giả bộ như nhân một kỳ hội họp nào đó nên tình cờ mới gặp lại Bình ở Paris. Nhưng dường như ai cũng thừa biết, thậm chí họ còn biết hai chúng tôi ở chung khách sạn Citadines Montmartre và dĩ nhiên là ngủ chung một căn hộ. Cũng may họ sống ở châu Âu nên học được cách tôn trọng sự riêng tư của người khác và cố tiết chế, không đề cập đến chuyện gì người ta chưa muốn tuyên bố. Mặc dù vậy, cách Bình và tôi nhìn nhau âu yếm và cả cách chúng tôi đụng chạm nhau dù cố kiềm chế cũng khiến mọi người tủm tỉm cười.

Nhờ chúng tôi đã lướt sơ trên facebook nên gặp thật ngoài đời bớt bỡ ngỡ. Có người giữ được dáng dấp nên nhìn ít thay đổi, có người khó có thể nhận nếu va vào nhau ngoài đường. Ai cũng tay bắt mặt mừng, ôm nhau hôn hít y như phong tục châu Âu. Mà thật ra không ai hôn lướt kiểu xã giao mà ôm ghì và hôn vào má nhau vô cùng thắm thiết. Tôi là thành viên duy nhất còn sinh sống tại Việt Nam và đặc biệt là vẫn ở lại xóm cũ nên mọi người xúm xít lại hỏi han.

– Trong đám chúng ta hôm nay, chắc bé An là người thành đạt nhất đó – Anh Cu Síp tuyên bố có phần ganh tị – Thấy trên facebook em đi khắp nơi, chắc đi khắp thế giới luôn rồi hả?

– Em chém gió thôi mà – Tôi ngượng nghịu – Em dùng photoshop ghép hình mình vô khắp các cảnh đẹp trên thế gian chứ đâu có đi thiệt. Người ta khoe chồng khoe con, em không có chồng con nên khoe đi lung tung, mà xạo không hà.

– Thôi em không cần giả bộ – Chị Oanh bật cười – Chị cũng đâu có chồng con gì đâu, mà cũng không khoe được cái gì khác. Không lẽ chị khoe mình quanh năm suốt tháng làm công nhân trồng bông trong lồng kiếng?

– Anh Cu Nhọn cũng thành đạt vậy – Tôi cố lái câu chuyện sang hướng khác – Anh Cu Nhọn giờ là tiến sĩ rồi, giảng dạy đại học tại Thụy Sĩ mới oai chứ!

– Oai gì em ơi, bị tụi nó ăn hiếp muốn chết – Anh Cu Nhọn lắc đầu cười – Tới giờ anh cũng đâu được vô quốc tịch, lang thang hết nước này sang nước khác, mỗi năm ký hợp đồng làm việc mới, vợ chồng anh ráng chịu cực cho mấy đứa nhỏ ở lại học. Tới hồi tụi nó vô đại học chắc anh chị cũng về lại Việt Nam tìm miếng đất cắm dùi nghỉ hưu.

– Vậy anh Tú Cam thành đạt nhất nè – Tôi tìm chủ nhà đang bận rộn chạy tới chạy lui lấy đồ ăn đãi khách – Sống tại Pháp mà mua được nhà to có mấy phòng ngủ, có vườn tha hồ trồng rau, mùa hè mời bạn về ăn barbecue. Tụi Tây chắc ngưỡng mộ anh lắm!

– Thôi cô ơi – Anh Tú Cam bĩu môi – Tôi làm gì có bạn Tây nào mà mời. Tôi quanh năm bán chả giò, khách hàng đến rồi đi. Nhà rộng mà không có ai đến chơi, có chút tiền mà không có thời giờ để tiêu xài, không có cả thời giờ để nghỉ ngơi.

– Thôi mọi người thống nhất rồi – Anh Tuấn Lụi kết luận – Bé An là người thành đạt nhất. Tối nay bé dắt mọi người vô trung tâm Paris ăn nhà hàng.

– Ừ, bé An không ngờ giỏi thiệt – Anh Tín Húc đồng ý – Ở Việt Nam mà lãnh lương đô la Mỹ!

– Thôi đừng có kêu em bằng bé nữa – Tôi nhăn nhó – Tuổi này rồi mà kêu bé hoài nghe mắc cỡ quá!

– Chưa chồng thì cứ là bé – Anh Tú Cam la to – Ủa mà sao dễ thương như em lại ế vậy?

– Đồ vô duyên! – Chị Oanh la át lại còn to hơn – Tui cũng chưa chồng nè. Bộ chưa chồng là ế sao?

– Thì mấy anh đi hết rồi – Tôi cười méo xệch – Ai thèm lấy em nữa, không ế sao được?

– Nghe chưa Bình Bảnh? – Mọi người đột ngột hét và tranh nhau nói loạn xạ – Em chỉ nên nói là Bình Bảnh đi rồi chứ không nên quơ hết là mấy anh. Hồi đó Bình Bảnh đi Mỹ rồi, thì còn lại trong xóm mình cũng mấy thằng mê em. Em chảnh thấy mồ, có thèm dòm ngó gì tụi anh đâu. Chính tụi anh nản quá nên mới bỏ đi hết.

– Ủa mà không lẽ em chưa lấy chồng vì chờ Bình

Bảnh về cưới em? – Anh Tú Cam lại la to – Trời ơi, sao thằng này tốt số dữ! Nó có gì đâu, chỉ là đẹp trai như Alain Delon. Mà nó thì đã bị tụi anh cho chết tên là Không Lông rồi! Có gì mà em mê? Mà thằng Không Lông kia, vì sao mày đi biền biệt không về Việt Nam cưới em nó, để em nó chờ mòn mỏi vậy?

– Sống ở Paris văn minh mà thằng cha này vô duyên quá mức – Bình xua tay, mặt anh đỏ hồng lên – Tao có nỗi khổ tâm riêng.

Tôi nhìn Bình chăm chú. Thật ra tôi đã luôn muốn hỏi vì sao suốt những năm tháng qua anh không về Việt Nam tìm tôi sớm hơn. Tại sao những người khác đều lần lượt về thăm quê hương, tìm về xóm cũ dù gia đình không còn ai sinh sống ở đó nữa. Có người như anh Tuấn Lụi thậm chí còn ngồi ở quán nước đầu đường mấy ngày liền chỉ để nhìn về căn nhà gia đình mình từng sinh sống.

– Khổ tâm gì? – Anh Tú Cam vô tình giúp tôi truy Bình ráo riết – Thằng nào đi định cư ở nước ngoài cũng phải cày, phải làm mọi, nhưng ai cũng để dành tiền về Việt Nam chơi từ rất sớm.

– Tao cũng ghét mấy thằng thành công ở nước ngoài thì quay lại chê bai Việt Nam và từ chối không về thăm quê hương – Anh Cu Dập tỏ thái độ bức xúc – Rốt cuộc thì mày đã cưới vợ và giờ chắc li dị rồi. Bình Bảnh mà, khổ tâm gì chứ!

– Hay mày chưa có vợ là vì – Anh Tuấn Lụi pha trò – vì mày Không Lông thiệt.

Mọi người bò lăn ra cười. Tôi cũng cười nắc nẻ. Mọi người đổi đề tài, bàn về những cái tên kinh khủng trong xóm. Cu Dập, Cu Síp, Cu Nhọn, Cu Quẹo. Quá sức tượng hình. Dồi dào nhất là Tú Cam, tức là tám cu, xài sao cho hết. Lại còn Tuấn Lụi với Tín Húc, toàn hùng hục đòi "húc" và "lụi" người ta. Cũng may con gái trong xóm không ai bị đặt biệt danh.

– Mấy cái tên đó quý lắm nhe – Anh Tú Cam tỏ vẻ xúc động – Tao không nhớ thằng quỷ sứ nào đặt cho tao, nhưng tao bái phục thiệt.

– Có điều biệt danh của tụi mình nghe có vẻ "hăm dọa" mấy chị em phụ nữ nhưng trên thực tế thì ai cũng lận đận đường tình duyên – Tuấn Lụi than thở – Hình như phong thủy xóm mình có vấn đề, bị khuyết cung hôn nhân sao đó. Tao có "lụi" được ai cho đáng gọi là "lụi" đâu.

– Mấy thằng li dị, mấy thằng trai già, mấy cô... ế – Tín Húc liếc tôi và chị Oanh – Tao cũng có "húc" ai cho ra hồn.

– Vậy không lẽ có tao là ngon – Anh Cu Dập vỗ ngực – Tụi bây trù tao dập mà tao vẫn hoạt động tốt.

Mọi người lại bò lăn ra cười. Tôi chưa từng đi họp lớp hay họp bất kỳ nhóm bạn nào mà mọi người nói chuyện với nhau thân tình, thoải mái và tha hồ nói bậy như lần "họp xóm" này. Dường như chúng tôi lớn lên cùng nhau, cùng trải qua thời "ở truồng tắm mưa" chung, cùng biết nói bậy từ thời đi xem phim bị rệp cắn ở rạp Văn Hoa rồi. Chúng tôi còn gì để sượng sùng, để e dè và bày vẻ với nhau nữa.

Trò chuyện mải miết đến chiều thì mọi người bắt đầu đề cập đến những người vắng mặt và trong đó có chị Hương qua đèo. Chị Hương là con gái hiếm hoi trong xóm có biệt danh, mọi người đều nhớ chị nuôi heo, chị học dở, chị nhút nhát nhưng chỉ có chị Oanh là nhớ Hương qua đèo về sau trổ mã rất đẹp.

– Thì có đẹp thiệt – Anh Tín Húc bồi hồi – Nhưng nhìn Hương buồn buồn, tủi tủi, nhạt nhạt sao đó.

– Hồi đó Hương qua đèo mê Bình Bảnh lắm nè – Anh Cu Nhọn cũng xúc động – Tao học chung lớp với hai đứa tụi bây nên tao biết. Con trai xóm mình chê Hương nuôi heo, nhưng con trai trong lớp thì không biết lý lịch dọn chuồng của cô nàng. Hồi đó mới học cấp hai ở Văn Lang thôi, cũng có đến mấy thằng mê. Tội nghiệp Hương rớt thi chuyển cấp, không được học tiếp cấp ba. Vì vậy Hương càng khép kín hơn. Nhưng kín gì thì kín, cũng có người biết Hương mê Bình Bảnh lắm nhe.

– Mày nói ai mê tao – Bình đang trò chuyện với Tú Cam quay sang ngơ ngác – Sao tao không biết gì hết? Mà Hương qua đèo mặt mũi ra sao tao cũng không thể nhớ nổi.

Mọi người xúm lại lên án Bình vô tình làm anh bối rối. Tôi quyết định kể về lần gặp lại chị Hương ở New York, bất ngờ như trong các tuồng cải lương. Tôi cũng nói cho mọi người biết chị hận tình Bình kinh khủng. Bình ngạc nhiên khi nghe chi tiết chị kể gặp lại anh ở thác Niagara mà anh làm ngơ khiến chị đau khổ. Bình giơ tay lên trời la to thống thiết "Thề có Trời cao chứng giám, tao chưa bao giờ đến thác Niagara. Tụi bây lên án tao vô tình và Hương thì hận tình tao. Nhưng tao nghĩ chắc Hương có vấn đề về thần kinh rồi!". Mọi người ngẩn ra hồi lâu. Tôi bất ngờ nhất vì tôi chứng kiến vẻ mặt đau khổ của chị Hương và câu chuyện ở thác Niagara sống động y như thật.

– Em nghĩ chắc chị Hương có vấn đề thiệt – Tôi thở dài – Em nhớ lúc đó chỉ có biểu hiện kỳ kỳ. Em nghĩ hay là chị Hương quá hận tình nên mới kỳ lạ như vậy.

– Thật ra hồi còn nhỏ trong xóm, mọi người đã thấy Hương kỳ kỳ – Chị Oanh bồi hồi – Tội nghiệp quá, Hương rất hiền, ba mẹ Hương là cán bộ mà cũng bình dân.

– Xóm mình nhìn tưởng bình yên, vui vẻ, không ồn ào như các xóm lao động nhưng cũng nhiều chuyện buồn ghê – Anh Cu Dập trầm ngâm – Cũng có mấy người trong xóm đi vượt biên bị chết, bị mất tích. Cũng có người đi nghĩa vụ quân sự bên Campuchia bị chết nữa.

– Em nhớ cô Út em quá – Tôi thốt lên – Thà là biết tin cô chết rồi. Còn hai chữ "mất tích" luôn làm gia đình không yên ổn nổi.

– Cô Út của em? Cô Nhung? – Anh Tín Húc thốt lên – Anh biết, anh tình cờ có người quen đi chung chuyến tàu với cô Út em. Chuyến đó bị bão, chết gần hết, chỉ sống vài người biết bơi rất giỏi. Trong đó có người quen của anh. Anh đó là chú ruột của một người bạn. Ảnh tên Quân, giờ sống bên Mỹ.

– Anh nói sao? – Tôi ngỡ ngàng – Sao hồi nào đến giờ không nghe anh nói gì?

Anh Tín Húc nghĩ gia đình tôi đã biết rồi vả lại thời đó đi vượt biên chết nhiều hơn sống nên mất tích có nghĩa là đã hết hy vọng. Anh Tín Húc cũng tình cờ quen biết với anh Quân mới mười năm nay. Ngồi kể chuyện với nhau, anh Quân cho biết trên chuyến tàu có một cô bé rất dễ thương ngồi kế bên tên Nhung có đôi mắt đen như tên gọi, nhà cũng ở khu Tân Định, địa chỉ đó, số nhà đó. Cô Út tôi là một trong những người đầu tiên chìm xuống biển.

– Sao anh Quân đó nhớ rõ tên cô em, nhớ luôn địa chỉ nhà mà không làm phước liên lạc báo tin về gia đình em một tiếng? – Tôi thở dài – Tội nghiệp ông bà nội của em quá, đến lúc mất vẫn đau đáu không biết con gái Út mình giờ ở đâu!

– Chắc ảnh nghĩ không thấy tin tức thì gia đình biết cô em chết rồi – Bình đến bên tôi nắm tay an ủi – Với lại sau chuyến vượt biển kinh khủng, sống sót nhưng chứng kiến nhiều người chết thảm như vậy, chẳng ai muốn nhớ lại chuyện cũ. Họ đều cố gắng tạo lập cuộc sống mới và quên hết cơn ác mộng đã qua.

– Anh Tín Húc cho em liên lạc với anh Quân đó – Tôi không ngăn được xúc động, ứa nước mắt – Em muốn nghe ảnh nói nhiều hơn về cô Út.

– Hồi đó em còn nhỏ và chuyện xảy ra mấy chục năm rồi mà em vẫn đau buồn nhiều vậy sao – Chị Oanh hỏi – Chị và Nhung cùng tuổi, học cùng trường từ thời mẫu giáo ở La Providence nè. Hồi đó cô em cũng rủ chị đi, cũng may nhà chị không đủ vàng, nếu không chị bỏ mạng trên biển rồi.

– Bình thường em không còn nhớ đến cô Út nữa – Tôi bồi hồi – Nhưng trong tiềm thức em vẫn còn lưu hình ảnh của cô. Lâu lâu em lại nằm mơ thấy cô. Mà những giấc mơ đó rất sống động, em như cảm nhận rõ rệt em đang ngồi ở hồ Con Rùa ăn ly kem cuối cùng với cô Út. Em cảm nhận được cả vị kem dâu. Tiềm thức là thứ mà mình không kiểm soát được. Mấy chục năm qua em vẫn khấn cô em làm cách nào báo được với em tin tức của cô. Cuối cùng thì cũng biết được...

Mọi người lại tâm sự với nhau về tiềm thức của mình, hầu như ai cũng có những nỗi ám ảnh, ai cũng từng chịu đựng những cơn ác mộng. Và tôi ngạc nhiên lắng nghe Bình thổ lộ, anh cũng bị ám ảnh đến mức sợ hãi cuộc sống thiếu thốn ở Việt Nam sau ngày Sài Gòn giải phóng. Trong xóm, chắc gia đình anh là khó khăn nhất vì mẹ anh vốn không biết làm việc gì, chỉ ở nhà nuôi con và "se sua" quần áo, tiền bạc chi xài trông nhà đều do lương sĩ quan của ba anh. Trong nhà có đủ kẻ ăn người ở, từ quản gia, tài xế, chị bếp, người làm vườn. Nhà anh lại đông anh chị em, từng bị đi vùng kinh tế mới rồi trắng tay lộn về Sài Gòn. Nếu nhắc đến đói ăn thì cả nước đều lâm vào cảnh đói nhưng ngặt vì gia đình Bình vốn quen hưởng thụ sự dư thừa nên khi lâm vào cảnh thiếu thốn, họ trở nên khốn khổ hơn người khác.

– Mẹ tao sau này qua Mỹ rồi thì mắc bệnh trữ đồ ăn – Bình cay đắng kể với mọi người – Ngày nào mẹ tao cũng đi siêu thị, tha về toàn lương thực rồi cất đầy mấy cái tủ. Đồ ăn để quên đến quá hạn sử dụng mới nhớ lấy ra bắt cả nhà ăn trối chết. Mẹ tao bị ám ảnh thiếu thốn đồ ăn đến mức sinh bệnh rồi truyền căn bệnh sợ sệt đủ thứ cho con cái.

– Mẹ tao mắc bệnh trữ vàng, có bao nhiêu tiền

mua từng chỉ vàng, cất nhét tùm lum rồi lâu lâu ú ở bắt cả nhà đi tìm giùm – Anh Tuấn Lụi góp chuyện – Sống bên Ý, ở nhà chung cư mà tối ngày bắt tao tìm cách chôn vàng xuống đất, làm như ở nhà phố của Sài Gòn vậy.

– Mọi người có biết vì sao tao không về thăm Việt Nam sớm hơn? – Bình đột ngột tiết lộ – Vì ba tao cấm con cái quay về Việt Nam. Ba tao bị ác mộng mỗi đêm về thời gian ở trong trại học tập cải tạo. Tụi tao ai mà về là ba tao từ luôn. Một lần anh hai tao trốn về, giả bộ nói đi công tác bên Thái Lan nhưng sau đó đi tiếp về Sài Gòn. Sau đó ba tao tình cờ biết được, ổng lên cơn đau tim tưởng sắp chết. Mấy anh chị em của tao không ai còn dám tìm cách về Việt Nam nữa. Năm ngoái ba tao mất rồi. Mẹ tao thì lại muốn về nhưng giờ sức khỏe yếu quá, bác sĩ không cho đi máy bay.

– Vậy mày không liên lạc thư từ gì với bé An sao? – Tuấn Cam hỏi thẳng – Trong suốt chừng đó năm?

– Những năm đầu tiên phải đi học lại đại học thì chỉ biết học trối chết. Vừa đi học vừa đi làm thêm nữa. Ra trường thì cố gắng làm việc để trả nợ tiền học. Rồi tao nghĩ chắc bé An... có chồng rồi. Mọi thứ đã quá xa.

– Cái xóm mình không phải phong thủy có vấn đề đâu – Chị Oanh cố pha trò – Tại thế hệ đó không ai dám yêu, sợ yêu rồi thì vướng phải ở lại Việt Nam, gia đình bị ảnh hưởng hồ sơ, không đi định cư ở nước ngoài được. Sang được đến bên đây thì lỡ dở tuổi xuân, tìm đồng hương có thể hiểu nhau thì không có, lấy Tây thì cũng không ổn.

– Nhưng sao bé An ở lại Việt Nam, không bị lỡ dở lo chờ ngày đi nước ngoài như các anh chị ở đây mà vẫn chưa có chồng? – Anh Tú Cam hồn nhiên hỏi – Anh không tin em mê thằng Bình Bảnh đến mức chờ đợi nó. Nhìn em là anh biết em rất thực tế.

Tôi và Bình nhìn nhau. Ánh mắt anh khuyến khích tôi nói thẳng, nhưng dường như anh cũng ngầm biết câu trả lời. Quả thật, tôi không phải cố ý chờ Bình mãi đến hôm nay nên chưa có chồng. Nhưng từ lúc chúng tôi gặp lại nhau ở Paris, cùng trải qua những phút giây cuồng nhiệt của tình yêu, tôi đã tự thuyết phục mình là tôi đã chờ anh suốt những năm tháng qua.

– Em chưa có chồng vì... – Tôi sượng sùng cố pha trò – Em cũng luôn tự hỏi vì sao em chưa có chồng. Nếu biết lý do thì em đã có chồng lâu rồi. Em còn không biết lý do thì làm sao giải thích cho anh được.

– Nhưng chắc chắn không phải vì chờ Bình Bảnh – Anh Tú Cam truy đến tận cùng – Tụi anh trong xóm rất ganh tị với "nhan sắc" Alain Đờ Không Lông của nó. Anh muốn em làm nó bể mộng hôm nay, rằng nó chả là cái đinh gỉ gì trong cuộc đời của em hết.

– Ủa mọi người hồi đó cũng biết em thích anh Bình? – Tôi ngại ngùng – Em tưởng mình kín đáo lắm rồi.

– Thôi đừng có ngây thơ nữa, cả xóm ai mà không biết em mê nó, chắc chỉ có Hương qua đèo vì cũng mê nó nên không biết thôi. – Mọi người bật cười – Thôi để tụi anh trả lời luôn, em không có ý chờ đợi gì Bình Bảnh. Chẳng qua tính em khó, em mãi chọn lựa, đến giờ thì trời xui đất khiến thế nào cả em và Bình Bảnh vẫn chưa lập gia đình. Chẳng ai chờ đợi ai.

– Tiện thật! – Tú Cam lắc đầu – Số thằng Bình lúc nào cũng sướng. Không hứa hẹn gì với ai, không chờ đợi ai, khỏi sợ bị trách móc. Phụ nữ cứ thế mà xếp hàng nạp mạng cho nó, không ai dám đòi nó cam kết gì.

Bình đứng dậy, mặt sượng sùng tỏ vẻ không thoải mái khi thấy cuộc đời tình ái của mình bị đem ra mổ xẻ. Tôi càng không thoải mái, mọi người chắc nghĩ tôi chạy theo Bình như một kẻ mộng du mà không có chút tự trọng nào. Cái động từ "nạp mạng" nghe vô cùng thấp kém. Tệ hơn, mọi người nghĩ rằng tôi chỉ là một trong số nhiều phụ nữ xếp hàng chờ tới lượt trong cuộc đời Bình. Tôi bỏ ra vườn một mình, giả bộ nói mình đi xem mấy loại rau Việt Nam mà chủ nhà tự trồng. Trong lòng tủi thân muốn khóc. Bình ra theo tìm tôi "Em vô nhà đi, ngoài này lạnh lắm" nhưng tôi tránh nhìn mặt anh.

Cái buổi "họp xóm" quái quỷ này, giá mà tôi đừng đến. Và giá mà tôi cũng đừng đến Paris. Giá mà tôi đừng "nạp mạng" cho Bình một cách dễ dàng như thế.

Vậy mà tôi định sẽ hân hoan và sung sướng "nạp mạng" cho tới giờ phút cuối cùng còn ở lại Paris. Và sẽ tiếp tục ở San Francisco.

Mà không cần cam kết gì.

Chương 16

Đến mà sướng

Khi đã sát giờ hết métro, tôi và Bình cáo từ mọi người ở buổi "họp xóm" quay về khách sạn. Chủ nhà Tú Cam còn gói ghém cho tôi đem về một giỏ thức ăn Việt Nam. Hầu hết những anh chị khác ở lại tá túc, ngủ qua đêm tại nhà anh luôn.

– Hình như anh có vô tình nói gì đó làm em buồn phải không? – Tú Cam tỏ vẻ áy náy – Em thông cảm, anh giờ chỉ là một anh bán chả giò, suốt ngày vùi mặt vô chảo dầu, anh trở nên vô duyên và kỳ cục. Có gì em bỏ qua nhe.

– Em có buồn gì đâu, gặp lại mấy anh chị vui lắm mà – Tôi cười sượng – Lần "họp xóm" tiếp theo mình về Sài Gòn đi, đến nhà em nhe, cho có không khí Tân Định. Mình rủ thêm mấy anh chị khác đang ở Mỹ luôn.

– Ờ, anh thực lòng mong sẽ lại có lần "họp xóm" tiếp theo ở Sài Gòn. Chắc là sẽ vui kinh khủng nếu nhân dịp đám cưới của em – Tú Cam nói xong thì tự bụm miệng – Ý anh là đám cưới của em thôi, còn em cưới ai thì không quan trọng.

– Em dù sao cũng còn trẻ – Chị Oanh nắm tay tôi chân thành – Lại thành đạt nữa. Em nên lập gia đình, em xứng đáng hưởng hạnh phúc trọn vẹn hơn mấy anh chị. Nói gì thì nói, không ai chối cãi được là em thành công nhất trong cái nhóm người lỡ dở đủ thứ này.

– Em rất giỏi – Anh Tín Húc góp lời – Em sống ở Việt Nam mà thành đạt gấp mấy những người ở nước ngoài như tụi anh.

– Nhìn em – Anh Tuấn Lụi thở dài – Tụi anh thấy xấu hổ và tự ti lắm.

– Mấy anh chị à – Tôi nhìn mọi người chân thành – Công bằng mà nói, em ở lại Việt Nam có nhiều lợi thế hơn các anh chị. Vì là công dân Việt Nam, chỉ cần phấn đấu một chút, em được đi du học và tu nghiệp. Ngành Y lại là một ngành được các chính phủ nước ngoài ưu tiên muốn giúp đỡ Việt Nam. Em thì giỏi ngoại ngữ nữa, nên được nhận hết học bổng này đến học bổng khác.

– À thì ra em đi du học miễn phí, không tốn tiền học như các anh chị dù rằng cũng được hưởng nền giáo dục tiên tiến – Chị Oanh gật gù – Mấy người ở châu Âu còn học trường công, ít tốn kém. Chứ những ai ở Mỹ như Bình Bảnh nè, phải mượn tiền học đại học rất cao. Bên Mỹ mà học Y thì mắc khủng khiếp lắm.

– Học xong em quay về Việt Nam, giai đoạn đó các công ty ngoại quốc vào Việt Nam đầu tư rất nhiều mà số người địa phương có khả năng ngoại ngữ và bằng cấp ở châu Âu thì lại hiếm – Tôi giải thích tiếp – Thế là mặc nhiên em được các công ty đa quốc gia trải thảm đỏ mời.

– Em không bị cảnh đi xin việc khó khăn, em không bị cạnh tranh khốc liệt ở thị trường lao động như các anh chị – Anh Tú Cam thở dài – Anh cũng từng đi làm thuê trong một công ty lớn, nhưng cuối cùng chịu áp lực không nổi vì tụi đồng nghiệp ăn hiếp quá, anh về làm ông chủ bán chả giò luôn. Có tiền, nhưng không có địa vị xã hội.

– Khi làm việc cho mấy công ty đa quốc gia ở Việt Nam, bé An có lợi thế "đá trên sân nhà" – Tín Húc gật gù – Họ là những ông chủ ngoại quốc cần nhân viên địa phương giỏi nghề. Họ đến Việt Nam làm việc nên tôn trọng người Việt Nam.

– Chắc các sếp của em lúc nào cũng quý mến em, họ chỉ biết lắng nghe và hỗ trợ những gì em đề ra – Anh Tuấn Lụi thêm vào – Còn các anh chị đi làm ở xứ người chắc chắn bị chèn ép hơn rồi.

– Mấy anh chị thấy rồi đó – Tôi nhún vai – Em có tài cán gì đâu, chẳng qua mấy anh chị mới là người chịu nhiều thiệt thòi hơn khi phải làm lại từ đầu ở xứ người.

– Tụi anh vẫn cứ nghĩ – Anh Tú Cam buồn buồn – Mình là người dứt áo ra đi, được sang ngoại quốc sống thì phải làm sao hơn người còn ở lại. Đúng là so với em, tụi anh cũng lỡ dở đủ chuyện.

– Bù lại, các anh chị sống ở châu Âu thì có lợi thế mà không cần nói ra thì ai cũng biết – Tôi nắm tay Tú Cam chân thành – Như phúc lợi xã hội cao, môi trường sống trong lành, nhiều chương trình về văn hóa phong phú, nhất là các chính sách chăm sóc sức khỏe thì tuyệt vời.

Mọi người như được khơi thêm một chủ đề mới, nhao lên phát biểu hăng hái. Tôi ra hiệu mình phải về vì trễ rồi, nếu chậm một tí có thể hết métro. Thật ra tôi biết chủ đề sống ở đâu là tốt nhất không bao giờ có kết luận đúng đắn. Mỗi người có một lý do riêng để ra đi. Ở đâu cũng có những điều hay và dở khác nhau. Tùy vào hoàn cảnh và sở nguyện của mỗi người mà thôi. Chúng tôi chia tay nhau bịn rịn, ai cũng hứa lần "họp xóm" tiếp theo phải là ở Sài Gòn.

Bình rảo bước bên tôi với vẻ mặt không được tự nhiên. Trên métro anh cố trò chuyện cho không khí bớt xa cách. Bình nói có thể tôi vẫn còn ở lại xóm cũ, vẫn ở lại Sài Gòn, vẫn được nói tiếng Việt hằng ngày nên tôi không thấy quá quý trọng tình cảm với những bạn bè hàng xóm thời đó. Đối với những người lìa xa Sài Gòn, bỏ lại sau lưng những kỷ niệm tuyệt đẹp của cả một thời thơ ấu và tuổi trẻ như Bình mới thấy hết ý nghĩa của lần "họp xóm" kỳ này. Sài Gòn thời đó con nít trong xóm chơi với nhau thân thiết như anh em, cùng xem chung những bộ phim hiếm hoi, cùng chơi với nhau những trò chơi tập thể ngoài đường, cùng lớn lên trong giai đoạn thiếu thốn. "Anh chưa từng có nhóm bạn nào thân thiết như những người bạn cùng xóm thời đó" – Bình vẫn còn vương vấn buổi họp xóm – "Em thấy tụi thằng Tú Cam đó, cứ tha hồ nói giỡn và nói bậy thoải mái."

Tôi đang còn bực Tú Cam vì cụm từ "xếp hàng nạp mạng", giờ Bình vô tình làm tôi khó chịu hơn. Tôi nhìn anh bằng ánh mắt lạnh lùng, không đáp lại lời nào. Bình biết tôi không muốn trò chuyện nên cũng không cố gắng làm không khí vui vẻ hơn. Chúng tôi cứ thế im lặng ngồi métro rồi đổi mấy chuyến dài, cùng im lặng rảo bước từ trạm métro về đến Citadines Montmartre.

Khi chúng tôi đóng cánh cửa căn hộ lại sau lưng, tôi bỗng ao ước đây chính là căn hộ thật sự của mình, là tổ ấm của tôi và người đàn ông tôi muốn gắn bó trọn đời chứ không phải chỉ là một kỳ hò hẹn vài ba ngày.

Bình nhường cho tôi vào nhà tắm trước rồi ra salon xem TV. Khi nước từ vòi sen chảy xuống cơ thể tôi, rũ sạch những ý nghĩ muộn phiền và mệt mỏi, tôi chợt có được câu trả lời cho câu hỏi "Vì sao tôi chưa có chồng?". Tôi đã luôn bị giằng xé bởi những giá trị truyền thống và tính thực tế của cuộc sống hiện đại, giữa văn hóa có phần khắc nghiệt của Việt Nam và tính nhân văn đối với phụ nữ của phương Tây.

Tôi đã được nuôi dạy với tất cả những kiêu kỳ mà một phụ nữ Việt Nam cần phải có. Tôi được nhồi nhét con gái phải có lòng tự trọng, phải biết giữ gìn ý tứ, phải để cho con trai chinh phục khó khăn. Nhưng khi đi du học rồi làm việc thường xuyên với người phương Tây, tôi cũng bị ảnh hưởng tính bình đẳng. Khi yêu thì phụ nữ có quyền tỏ tình trước và chuyện hai người yêu nhau ngủ với nhau là điều hết sức bình thường.

Những năm tôi còn trẻ, tôi luôn bị mẹ tôi nhồi sọ ý nghĩ "Làm con gái mà không biết giữ gìn, bị con trai lợi dụng rồi rêu rao thì ráng chịu. Xã hội luôn lên án những đứa con gái bị thất thân, còn con trai không bao giờ bị quy trách nhiệm". Tôi thấy con trai Việt Nam độc ác nhất trần đời. Còn mấy bà già cay nghiệt với những cô gái trẻ thiếu may mắn trong tình yêu cũng ác độc không kém.

Vì thế, tôi luôn có khuynh hướng thích kết bạn với người phương Tây nhiều hơn là người Việt Nam khi đi du học ở nước ngoài. Tôi cũng có vài mối tình với bạn trai ngoại quốc. Tôi thấy họ không bao giờ làm cái chuyện "rêu rao" đáng khinh. Nhưng khi yêu họ, tôi cũng không hoàn toàn thoải mái vì hai nền văn hóa quá khác nhau. Tôi luôn có cảm giác không hiểu hết họ và bất an không hiểu họ nghĩ gì về mình. Như lần trong khách sạn ở Chicago với John, tôi vừa muốn sống như bản năng của người phương Tây, vừa muốn được chinh phục theo kiểu như người Việt Nam. Rốt cuộc, tôi đã xử sự khó hiểu và vẫn còn thấy sượng sùng khi nhớ đến John.

Suốt những năm tháng qua, tôi chờ đợi lấy một người chồng phải là Việt Nam nhưng có tinh thần cấp tiến, văn minh và tôn trọng phụ nữ như người phương Tây. Và dĩ nhiên là người đó không có thực, không hề hiện hữu. Và càng lớn tuổi, tôi càng trở nên bối rối, và càng bối rối, tôi càng có những suy nghĩ và hành động khó giải thích. Mà tôi thì cứ muốn giải thích tường tận mọi cảm xúc. Tôi cứ muốn đưa cảm xúc vào bảng tính excel để tính toán cẩn thận, tôi cứ muốn bỏ cảm xúc vào bình hóa học để nghiên cứu kỹ lưỡng trong phòng thí nghiệm.

– Hello! – Bình gõ cửa phòng tắm – Em có ngủ trong đó không vậy? Anh nghĩ ngủ trong phòng sẽ thoải mái hơn đó.

– Em vẫn đang tắm mà! – Tôi giật mình – Chờ một chút.

– Tắm gì cả tiếng đồng hồ. Hơn nửa đêm rồi em! – Giọng Bình mệt mỏi – Ra đi cho anh còn vô chứ.

– Hay anh vô tắm chung! – Tôi cố khôi hài cho không khí bớt căng thẳng.

Tôi không nghe Bình trả lời. Có thể anh nghĩ không nên dính dáng gì đến một người khó hiểu như tôi nữa. Tôi nhớ ngày xưa, dù ba tôi giỏi tiếng Pháp, tôi luôn phớt lờ điều đó để tìm cớ sang nhờ Bình giảng bài. Tôi tỏ thái độ quấn quít, say mê Bình rồi bày đủ thứ chuyện để được chạy tới chạy lui nhà anh. Còn Bình luôn biết cách kiểm soát bản thân. Anh không bao giờ dám nói một lời nào đưa đẩy hay tìm cơ hội đụng chạm vào người tôi. Nếu tôi tình cờ sang nhà Bình vào lúc anh đang ở trần lau nhà thì anh tức khắc lấy áo mặc vô. Thậm chí, khi tôi sang nhà anh lúc nhà vắng người, Bình đều ý tứ đề nghị chúng tôi ra sân ngồi. Ra sân, tức là bàn dân thiên hạ đều nhìn thấy chúng tôi chỉ đang cầm sách vở trên tay, để miệng đời dị nghị của bà con lối xóm không đoán già đoán non, làm ảnh hưởng đến danh dự của tôi. Và dù luôn đứng đắn trong cư xử, không phải là tôi không cảm nhận được Bình yêu mến tôi, dành cho tôi một tình cảm khác lạ.

Rồi chúng tôi hẹn hò và gặp lại ở Paris sau gần hai mươi năm dài xa cách. Giờ tôi có còn là một cô bé mười tám tuổi nữa đâu mà bắt Bình phải nâng niu chinh phục từ từ. Lẽ ra tôi nên ý thức mình không còn là một thiếu nữ đôi mươi và đừng đạo đức giả với đàn ông, miệng thì cứ "em chả, em chả" mà trong lòng thì đã "em chịu, em chịu" lắm rồi. Tôi nên làm lành với Bình vì thái độ dỗi hờn của mình sau khi Tú Cam lỡ dùng từ "xếp hàng nạp mạng". Ừ thì tôi say mê Bình, tôi yêu anh, tôi chỉ cần đến với anh và được anh hứa sẽ đón tôi ở San Francisco. Tôi cần gì một lời cam kết thề non hẹn biển.

Khi tôi chui ra khỏi nhà tắm, Bình đã ngủ gục trên ghế sofa. Trông anh ngủ rất bình yên, vầng trán cao thanh thản, môi như đang mỉm cười. Bình đẹp trai hơn bao giờ hết. Tôi lấy máy chụp hình chụp lén làm anh thức giấc. Tôi nói sẽ đưa hình này lên facebook để cả thế giới biết tôi đang ở gần anh, đang rất thân mật với anh, và đang rất hạnh phúc.

– Thôi đừng giống tuổi teen thích chém gió trên facebook nữa – Bình phì cười – Nếu anh nhớ không nhầm em đã giấu cả thế giới sang Paris hẹn gặp anh. Và lúc "họp xóm" em luôn lúng túng đánh lạc hướng nếu có ai đề cập đến việc em và anh ở chung phòng khách sạn.

– Nhưng giờ thì em không giấu giếm gì hết – Tôi sượng sùng – Em đâu còn tuổi vị thành niên.

– Hồi đó ở Sài Gòn em cứ "quấy rối" anh thoải mái, hồn nhiên chạy sang nhà anh với cái áo đầm mặc nhà mong manh – Bình lắc đầu cười – Anh cố ra vẻ quân tử làm ngơ mà cả người cứ nóng bừng lên khổ sở.

– Anh đã làm ngơ được như thế thì sao không làm ngơ cho trót. Trước khi lên máy bay anh còn chở em đi lòng vòng ngoài Sài Gòn làm gì. Lại còn bắt em phải ôm anh từ đằng sau – Tôi bật cười nhưng lòng đầy ấm ức – Anh có biết là vì vậy mà em điêu đứng cho tới bây giờ không?

– Để anh kể em nghe – Mắt Bình sáng long lanh dưới ánh đèn vàng – Anh vừa mới có một giấc mơ rất ngộ, rất mắc cười khi ngủ gục chờ em tắm.

– Anh mà cũng biết nằm mơ? – Tôi nhướng mày – Em chưa bao giờ nghe anh nói về những giấc mơ của mình.

– Anh mơ thấy hồi hai đứa mình còn ở Sài Gòn,

còn là hàng xóm của nhau – Bình mỉm cười dịu dàng
– Anh thấy mình cùng đi xem phim ở rạp Văn Hoa.
Và, anh đã hôn em trong bóng tối. Cảm giác rất thật.
Em và anh hôn nhẹ nhàng và dịu dàng, không "đớp
cắn" bạo liệt nhau như bây giờ.

– Ủa, mơ vậy thì có gì mà mắc cười? – Tôi ngạc
nhiên – Em mơ thấy cảnh đó hoài.

– Mắc cười là vì suốt những năm tháng qua khi
xa cách nhau, dù thỉnh thoảng khi nhớ về Sài Gòn là
anh nhớ em quay quắt, nhưng anh lại chưa bao giờ
mơ thấy em – Bình nói nửa đùa nửa thật – Nhưng
giờ ở gần nhau thì lại mơ thấy em. Anh nghĩ, giờ mới
là lúc anh yêu em thật sự. Lại đây với anh.

– Anh chưa thay đồ ra hả? – Tôi đề nghị – Vậy
mình ra phố, lên đồi Montmartre đi.

– Chi vậy? – Bình bất giác rùng mình – Lạnh thấy
mồ, đang ở trong nhà ấm áp không chịu.

– Lên đồi Montmartre, vô mấy con hẻm nhỏ có
hàng cột đèn, lãng mạn vậy hôn nhau mới sướng –
Tôi phấn khích hét to – Khi phát hiện mình vẫn còn
có thể yêu, ở tuổi này, thì người ta dễ có những hành
động điên rồ.

– Và sến nữa! – Bình lắc đầu cười.

Anh chồm dậy đến hôn tôi đắm đuối. Trong vòng
tay của Bình, tôi thấy mình chỉ nên sống đơn giản
với cảm xúc, đừng để lý trí phá hỏng những giây phút

ngọt ngào của tình yêu. Và chúng tôi không kịp ra phố, lên đồi Montmartre lãng mạn để hôn nhau cho sướng nữa.

Ở đây tôi thấy đủ sướng rồi.

*

Người ta phong cho Paris là kinh thành ánh sáng, là kinh đô thời trang, là trung tâm văn hóa. Nhưng với tôi giờ đây Paris là thành phố của tình yêu. Có nơi nào trên thế giới phù hợp với những người yêu nhau như Paris? Nhất là những người đó biết tiếng Pháp và đi đến đâu cũng có thể cùng hát nho nhỏ một đoạn tình ca hoặc cùng nhau đọc một vần thơ Verlain. Tôi nhận ra bao năm nay tôi tưởng cảm xúc lãng mạn của mình đã chết khi cố gắng lãnh đạm giành giựt địa vị trong xã hội. Nhưng bên Bình, tôi ngạc nhiên thấy mình vẫn còn lãng mạn như một cô gái tuổi đôi mươi.

– Anh không ngờ em sến dễ sợ – Bình hay nhìn tôi cười trêu chọc – Anh cứ tưởng mình bị hãng Apple làm khô khan tình cảm, giờ anh cũng bày đặt sến theo em.

– Không ngờ anh vẫn nhớ được thơ của Verlain nữa – Tôi cũng hay trêu lại Bình – Anh nói tiếng Pháp nghe văn hoa quá, chia động từ từng chút, mấy cô hầu bàn trong quán khiếp hãi luôn. Chắc họ tưởng anh là tầng lớp quý tộc nào đó.

– Tiếng Pháp thời bây giờ đơn giản hơn hồi đó anh được học – Bình cười phân bua – Thời buổi gì mà người nói trúng lại bị người nói trật cười vậy nè!

– Nếu anh thích tiếng Pháp và mơ được đến Paris – Tôi vẫn thắc mắc – sao tới bây giờ anh mới thực hiện.

– Chưa đủ duyên! – Bình luôn trả lời tôi lấp lửng – Cũng như duyên số của anh với em là phải có gần hai mươi năm gián đoạn.

Mỗi lần Bình nói như vậy, tôi vẫn luôn bối rối tự hỏi, vậy anh có định kết thúc gần hai mươi năm gián đoạn đó với một hành động gì mang tính cam kết hơn. Gần hai mươi năm qua tôi không cố tình chờ đợi Bình, anh cũng tưởng tôi có chồng rồi. Và lần này tôi đồng ý sang Paris gặp lại Bình với ý định ban đầu là để thoát khỏi sự ám ảnh của anh. Tôi đã nghĩ, thường người ta hay thất vọng khi gặp lại người yêu cũ. Tôi sẽ thất vọng với Bình của hiện tại và sẽ nhờ vậy mà thoát khỏi Bình của quá khứ. Nhưng Bình thì không suy nghĩ giống tôi khi anh đề nghị gặp lại ở Paris. Anh đã cập nhật khá nhiều thông tin của tôi qua facebook và tôi của hiện tại hấp dẫn anh đến mức anh muốn tìm hiểu thêm. Chắc chắn rằng tôi trong quá khứ không quá đặc biệt với anh. Vì lẽ đó, anh không tìm cách liên lạc lại với tôi sớm hơn. Nhưng khi về lại Sài Gòn sau gần hai mươi năm, được biết bé An ngày nào hiền lành, nhút nhát và khờ khạo lại trở thành một nhân vật quan trọng trong một công ty lớn, Bình thấy thú vị muốn khám phá.

– Cũng may em chưa có chồng – Bình nhìn tôi mỉm cười – Và anh vẫn còn là một gã độc thân.

– Sao anh còn độc thân vậy? – Tôi thắc mắc – Dù rằng em biết anh cũng trải qua nhiều mối tình.

– Khi anh được gia đình gỡ bỏ lệnh cấm yêu – Bình cười buồn – Thì anh cũng quá tuổi có thể yêu một cách dại khờ không tính toán. Rồi những năm tháng phấn đấu ổn định cuộc sống mới bên Mỹ quá dài, anh vượt qua thời tuổi trẻ cần tìm một người vợ. Anh chỉ có những mối tình thoáng qua, những người bạn gái yêu nhau không cam kết gì. Và sau này thì anh không có nhu cầu tìm một đối tác nào trong cuộc sống cá nhân hết.

– Thế còn những người bạn gái của anh – Tôi vẫn thắc mắc – Không cô nào đòi anh cưới sao? Không ai đủ sức khiến anh từ bỏ cuộc sống độc thân?

– Anh không có nhiều mối tình thắm thiết như em nghĩ. Anh cũng không phải lãng tử đa tình khiến phụ nữ phải xếp hàng nạp mạng – Bình nhìn sâu vào mắt tôi chân thành – Anh tin là tình trường của em còn phong phú hơn anh. Ở bên Mỹ anh không phải là loại đẹp trai gì hết vì tụi Mỹ lai giữa nhiều dòng máu lại còn đẹp gấp trăm lần. Sang bên đó anh sống khép kín lắm. Anh khô khan, buồn tẻ, khó gần. Mấy ngày nay ở Paris với em, gặp lại tụi bạn chung xóm, nhắc lại những kỷ niệm của một thời thơ ấu và tuổi trẻ, anh như đang là một con người khác mà chính anh cũng thấy ngạc nhiên.

– Thì ở Paris em cũng là một con người khác – Tôi cười – Bình thường ở Sài Gòn, trong công việc hàng ngày, em lạnh lùng, nghiêm khắc, khó chịu. Đầu em đầy sạn và em cũng rất mạnh mẽ.

– Em không mạnh mẽ như em nghĩ đâu – Bình nhìn tôi dịu dàng – Người thích chứng tỏ mình mạnh mẽ lại là người rất nhạy cảm và hay bối rối. Ngay giây phút gặp lại em trên sân ga ở Gare de Lyon, nhìn những ngón tay vặn xoắn của em, khuôn mặt hồi hộp, dáng vẻ bồn chồn, ánh mắt tìm kiếm. Anh đã biết, bé An của anh yếu đuối biết bao.

Bình không phải là người đàn ông đầu tiên nói tôi yếu đuối. Nhưng những người trước đã nói như thế khi tôi còn rất trẻ. Và khi tôi còn trẻ, tôi rất ghét ai nói tôi yếu đuối. Giờ thì tôi tận hưởng sự yếu đuối của mình bên Bình. Tôi thích ngồi dựa vào người anh trên ghế sofa cùng xem TV, tôi thích nấu một món ăn đơn giản rồi hạnh phúc được anh khen ngon, tôi cũng để nước mắt mình chảy ra không giấu giếm vào đêm cuối cùng tôi được ở bên Bình trước khi chúng tôi phải mỗi người mỗi ngả.

Trước khi đến Paris, tôi đã muốn gặp lại Bình để thất vọng và quên hẳn anh. Nhưng giờ thì tôi biết Bình sẽ còn đeo bám cuộc đời tôi mạnh mẽ và dai dẳng hơn trước.

"Mình sẽ gặp lại nhau ở San Francisco nhé". Bình ôm tôi vào lòng rất lâu khi chúng tôi chia tay nhau ở sân bay. Tôi không biết làm sao mình có thể chịu đựng được nỗi nhớ anh sau tất cả những đêm dài cuồng nhiệt vừa qua. Chuyến bay của anh quay về Mỹ sẽ đi trước chuyến của tôi về Việt Nam. Ngồi lại sân bay một mình, tôi lấy cuốn tiểu thuyết ba xu "Em chờ anh ở nhà ga" mua hôm tôi đón Bình ra đọc. Giá mà có bán cuốn "Em tiễn anh ở phi trường" thì hợp với hoàn cảnh hơn. Tôi đọc mà không thể nhập tâm cuốn sách nên lấy điện thoại ra check e-mail giết thời giờ.

Cả tuần qua từ lúc đến Paris tôi chỉ check e-mail cá nhân mà không vào hộp thư e-mail của công ty. Tôi quan niệm khi đã nghỉ phép thì công việc không có quyền xen vào, nhất là tôi đã có trợ lý giúp tôi giải quyết những vấn đề cấp bách. Giờ khi tôi mở hộp thư công ty ra, tôi bần thần thấy John đã gởi cho tôi nhiều e-mail có cùng một chủ đề: "From Chicago with love".

Chương 17

Bất ngờ Los Angeles

Vừa từ Paris về lại Sài Gòn, tôi nhận được e-mail của Tập đoàn triệu tập phải bay sang Mỹ gấp. Một loại thuốc của Tập đoàn KSA tung ra thị trường được ba tháng nay đang gặp phải một vấn đề về tác dụng phụ. Các cố vấn Y khoa trên toàn thế giới phải sang Mỹ họp gấp. Chúng tôi sẽ được huấn luyện về cách giải quyết tác dụng phụ, điều chỉnh lại cách sử dụng và liều dùng của loại thuốc đó.

Tôi vừa hẹn với Bình sẽ sang San Francisco vào

mùa xuân năm sau, không ngờ giờ tôi có dịp gặp lại anh sớm hơn dự kiến. Tôi chưa muốn vội báo tin này cho Bình, tôi nghĩ gặp lại sớm quá cũng có thể không hay lắm dù cả hai đều đang nhớ nhau quay quắt. Rồi tôi nảy ra một ý định nghịch ngợm, sau khi kết thúc khóa huấn luyện với tập đoàn KSA ở Los Angeles, tôi sẽ nghỉ phép thêm một tuần để đến San Francisco. Từ San Francisco, tôi sẽ gọi cho Bình và báo tin mình đang chờ anh ở một khách sạn nào đó.

Tuy vậy, tôi cũng chưa chắc lắm về kế hoạch tạo bất ngờ cho Bình. Tôi là dân đi làm trong các công ty đa quốc gia từ mười mấy năm nay, tôi đã được rèn cho thói quen làm việc gì cũng phải có kế hoạch, dù là việc công hay việc tư, việc lớn hay việc nhỏ, tốn ngân sách nhiều hay ít. Và đặc biệt là làm gì cũng nên có kế hoạch dự phòng để tránh tình trạng lúng túng gây lãng phí thời giờ và tiền bạc. Bình cũng là dân đi làm trong công sở lớn ở Mỹ, phải phụ thuộc giờ giấc với tập thể, muốn nghỉ phép phải được sếp phê duyệt từ trước. Anh chắc chắn sẽ khó xoay sở nếu tôi đặt anh vào thế bất ngờ ngoài kế hoạch.

Rồi tôi lại nghĩ đến một ý định khác, ít làm phiền Bình hơn. Tôi sẽ bất ngờ xuất hiện trước cửa nhà Bình ở San Jose. Nhưng tôi cũng sợ nếu sau khi bấm chuông, không phải Bình ra mở cửa mà là một phụ nữ nào đó đang trong tình trạng rất sexy. Chắc tôi không sống sót nổi. Dù Bình nói anh không phải lãng tử đa tình khiến phụ nữ xếp hàng nạp mạng, tôi vẫn ý thức rõ rệt anh là một người đàn ông hấp dẫn và lịch lãm.

Suy đi tính lại, rốt cuộc tôi nghĩ tốt hơn hết là phải có một kế hoạch thực tế hơn, đừng làm Bình quá bất ngờ tới mức trở tay không kịp, nhưng cũng phải là một lần gặp lại nhau nhiều ý nghĩa. Nhưng tôi chưa nghĩ ra kế hoạch nào lý tưởng như thế. Tôi quá bận rộn chuẩn bị tài liệu và thông tin cho chuyến công tác quan trọng, đến mức tới sát ngày lên máy bay, tôi cũng chưa nghĩ ra được gì và vẫn chưa báo tin cho Bình.

Tôi trở lại Mỹ với tâm trạng xáo động hơn cả lần đầu cách nay chỉ mới năm tháng. Lần trước tôi đi vào mùa xuân và giờ đang là mùa thu. Mùa xuân dạo đó ở khu vực bờ Đông thời tiết ấm áp, cây cỏ xanh tươi mượt mà. Lần này mùa thu ở bờ Tây nắng rất vàng và bầu trời trong vắt, gió không nhiều lắm dù nhiệt độ hơi thấp. Tập đoàn KSA triệu tập khóa huấn luyện khẩn cấp ở thành phố Los Angeles, tiểu bang California.

Tôi từng nghe nhiều bài hát tả nắng vàng ở California nhưng không hình dung nổi màu vàng đó thế nào. Giờ bước ra khỏi phi trường Los Angeles, một màu vàng rực rỡ, dịu ngọt như mật và lóng lánh như hổ phách đón chào tôi ấm áp. Nắng Cali thật đặc biệt, không dịu như ở Paris, không gắt như ở Sài Gòn. Nắng Cali làm người ta choáng ngợp với sắc vàng lộng lẫy, nhưng không chói chang mà tạo cảm giác nồng nàn. Ở Cali tôi không thấy ngợp dù nắng vàng chan chứa, thời tiết rất mát mẻ, bầu trời mùa thu trong xanh yên lành.

Giờ tôi mới hiểu vì sao vùng bờ Tây, tiểu bang California trải dài dọc theo bờ biển Thái Bình Dương là một trong những tiểu bang phát triển nhất nước Mỹ. Thời tiết và thiên nhiên vùng này quá lý tưởng để phát triển kinh tế. Và cũng không phải ngẫu nhiên mà kinh thành điện ảnh Hollywood được đặt ở California, ngay tại thành phố Los Angeles này. Với ánh nắng hổ phách tuyệt đẹp độc đáo, mọi cảnh quay ngoài trời sẽ lung linh rất ấn tượng.

Tôi nghĩ tập đoàn KSA chắc có ký hợp động dài hạn với chuỗi khách sạn Hilton nên lần này đến Los Angeles, chúng tôi cũng được ở tại khách sạn Hilton. Los Angeles có nhiều khách sạn Hilton, tập đoàn KSA chọn Hilton Checkers là khách sạn nằm ngay khu trung tâm thương mại và tài chính lớn của Los Angeles cho khóa tập huấn toàn cầu lần này. Người tài xế taxi cho tôi biết Los Angeles là một thành phố rất rộng nên có rất nhiều khu được gọi là *downtown*. Lần trước ở bờ Tây, tôi đã có kinh nghiệm về những thành phố rộng lớn nên lần này tôi không có tham vọng đi thăm Los Angeles chỉ bằng cách cố gắng đi đến khu trung tâm. Ở châu Âu, chỉ cần tôi đến quảng trường trung tâm, tìm gặp Tòa Thị chính, đi dạo khu phố cổ, coi như tôi đã đủ biết một thành phố.

– Los Angeles nhiều nơi đáng xem lắm – Ông tài xế thân thiện – Cô nên đến khu Hollywood, thăm phim trường Universal Studio, hay cô đến Disneyland. Ở đây là nơi có Disneyland lớn nhất thế giới đó.

– Tôi đâu còn ở độ tuổi tận hưởng Disneyland – Tôi cười lắc đầu – Ông còn chỗ nào khác giới thiệu không?

– Rodeo Drive ở Beverly Hills – Ông tài xế nhìn tôi trong kính chiếu hậu – Khu vực này có những biệt thự lộng lẫy và cực đỉnh sang trọng của các tài tử Hollywood. Từ khách sạn Hilton Checkers, cô lấy taxi đến Hollywood chỉ có mười lăm phút thôi.

Nhìn từ bên ngoài, Hilton Checkers trông cũng giống Hilton lúc tôi ở Chicago lần trước. Tôi có cảm giác như đang quay lại Chicago và rùng mình nhớ đến buổi sáng tôi chạy trốn khỏi Hilton Chicago. Giá mà lần đó tôi xử sự đàng hoàng hơn, giá mà tôi được gặp lại John để xin lỗi về hành động khó hiểu của mình.

Lúc ngồi chờ lên máy bay chuyến Paris - Sài Gòn, tôi nhận được e-mail của John, với chủ đề "From Chicago with love" như một lời tỏ tình khiến tim tôi muốn ngừng đập. Nhưng nội dung của e-mail đó rốt cuộc không làm tôi chết ngất như tôi tưởng. John có người quen về Sài Gòn. Anh muốn gởi tặng tôi một món quà nhỏ, đó là cuốn sách hình giới thiệu tổng quát thành phố Chicago. Cuốn sách có tựa là "From Chicago with love".

Phụ nữ dù đang ở độ tuổi nào cũng cứ hay đánh giá cao mình. John không việc gì phải "with love" với tôi. John phải gởi e-mail nhiều lần vì không nhận được hồi âm của tôi, người quen anh liên lạc với tôi không được. Do đang trong thời kỳ nghỉ phép đi Paris chơi, tôi không bắt điện thoại di động có số lạ, sợ tốn cước chuyển cuộc gọi sang vùng quốc tế rất đắt.

Dù không liên lạc được để đưa tôi trực tiếp, người quen của John đã ghé qua văn phòng công ty KSA ở Sài Gòn để nhờ cô tiếp tân chuyển giúp cho tôi. Tôi cầm cuốn sách dày trên tay, không biết vui hay buồn. John vẫn còn nhớ đến tôi, vẫn còn muốn liên lạc lại. Nhưng giờ tôi đã có Bình, không phải trong những giấc mơ nữa, Bình đã hiện hữu trong cuộc đời thật của tôi. Tôi không muốn mình vướng vào những hình bóng khác.

Tôi viết vội một e-mail như thói quen xã giao, cảm ơn John, nói mình đã nhận quà và rất cảm kích. Nhưng tôi nghĩ khi nào mình đủ bình tĩnh, tôi sẽ viết cho John dài hơn, giải thích chân thành hành động chạy trốn khỏi Chicago. Tôi cần phải chia sẻ với anh nhiều hơn là chỉ một e-mail ngắn ngủi. Có những mối quan hệ được tiềm thức nuôi dưỡng bằng những kỷ niệm khó quên suốt bao năm dài khiến tôi không yên ổn như với Bình; và cũng có những mối quan hệ tưởng chỉ là thoáng qua vì thời gian gặp nhau quá ít, nhưng ấn tượng sâu sắc và tình cảm tốt đẹp có thể ở lại với tôi suốt đời, như John.

Tôi bước chân vào khách sạn, lòng bồi hồi nhớ lần trước ở Chicago, John đã tháp tùng tôi đến tận quầy reception. Và rồi tôi chợt nhận ra một người khiến tim tôi ngừng đập. Tôi dụi mắt nhiều lần, đây không phải là một giấc mơ. Ở một ghế sofa đặt trong góc sảnh, John đứng dậy tiến về phía tôi.

– Hello! – John cười, bừng sáng cả khuôn mặt – Chào mừng em đến Los Angeles!

– John... – Tôi không thốt nổi nên lời – Thật kinh ngạc, anh làm gì ở đây, sao tình cờ đến thế!

– Không tình cờ đâu – John thoáng bối rối – Anh cố tình đến đây chờ em sẵn mà!

– Sao anh biết em sẽ đến Los Angeles? – Tôi lắp bắp – Và đến khách sạn Hilton Checkers?

– Anh là dân business, có quan hệ rộng rãi trong giới doanh nhân. Vừa rồi Tập đoàn KSA gặp trục trặc với sản phẩm mới tung ra, cổ phiếu KSA bị ảnh hưởng trên thị trường chứng khoán – John giải thích

– Anh biết chắc thế nào rồi em cũng phải đến Mỹ để được huấn luyện lại kiến thức sản phẩm. Qua vài mối quan hệ trong giới, anh biết KSA tổ chức huấn luyện ở Los Angeles, anh cũng được biết có tên em trong danh sách tham dự. Và anh còn lý do gì mà không đứng đây chờ em?

– Chờ em? – Tôi cố gắng kiểm soát bản thân dù đang run lên vì xúc động – Nhưng anh từ Chicago bay tận sang đây? Để làm gì chứ?

– Thì để gặp lại em! – John bật cười – Không được sao?

– Đừng đùa chứ! – Tôi sờ trán – Anh là doanh nhân bận rộn mà.

John không muốn đối đáp nữa. Anh chỉ mỉm cười nhìn tôi tha thiết. Hôm nay anh mặc một chiếc sơ-mi xanh da trời, tay áo xắn lên để lộ vẻ nam tính rất cuốn hút. Mắt anh ánh lên những tia nhìn vui tươi nhưng hồi hộp, má anh hồng rực với chút thẹn thùng không thể che giấu nổi. Trông John đáng yêu và quyến rũ kinh khủng. Tôi thầm kêu trời vì bối rối cực độ. Tôi chưa bao giờ ở vào thế bị động hoàn toàn, không biết phải xử sự như thế nào cho đúng cách. Tôi từng thích những yếu tố bất ngờ, từng nghĩ cảm giác bất ngờ sẽ tạo ra những cảm xúc đặc biệt. Nhưng giờ tôi nghĩ tốt hơn John đừng bắt tôi chịu cảnh bất ngờ gặp lại anh như thế này.

– Relax đi! – John xua tay cố tạo không khí thoải mái hơn – Anh bận rộn thật nhưng bay từ Chicago sang Los Angeles thì gần hơn rất nhiều so với chặng bay từ Chicago đến Sài Gòn. Mà anh thì rất muốn gặp lại em.

– Nhưng gặp lại em để làm gì? – Tôi ú ớ – Ý em là sao anh không thông báo trước.

– Anh chỉ muốn nhìn thấy thái độ của em khi gặp lại anh bất ngờ – John bật cười – Hình như em chỉ muốn mọi thứ được lên kế hoạch trước. Anh tưởng một người thích lãng mạn như em...

– Ồ em không lãng mạn đâu – Tôi thốt lên – Đầu em toàn sạn...

– Cuốn sách về Chicago... – John thăm dò – Em xem bên trong chưa?

– À, rồi, rồi, rất thú vị... – Tôi thì thầm lặp lại tên sách – From Chicago with love.

John đỏ bừng mặt. Trông anh lúng túng và thẹn thùng rõ rệt hơn. Lần này, đến phiên tôi bật cười trước thái độ của anh. Thật ra tôi chưa đọc sách, thậm chí chưa kịp lật nhanh các trang bên trong. Nhưng nhìn vẻ xúc động của John, tôi chắc anh đã gởi gắm tình cảm vào cuốn sách đó. Tôi nghĩ lần trước khi đến khách sạn Hilton Chicago chờ tôi mà không gặp chắc anh đã rất giận. Tôi thật sự hối tiếc vì mình xử sự quá trẻ con và luôn muốn có dịp xin lỗi John thật lòng.

Nhưng giờ đứng trước mặt anh, tôi lại ngại ngần vì không biết giải thích nguồn cơn ra sao cho hợp lý.

– Lần trước ở Chicago... – Tôi ấp úng – Em đã xử sự kỳ cục...

– Không sao, không sao – John phẩy tay cười – Anh nghĩ em có lý do nào đó. Mặc dù vậy, anh nên cho em biết cảm giác thất vọng của anh khi đến khách sạn ngồi chờ dài cổ vẫn không thấy người mình đã hẹn, đến lúc hỏi cô tiếp tân thì mới biết em đã check-out và lấy taxi ra phi trường rồi.

– Em rất tiếc – Tôi nhăn nhó – Thật sự rất tiếc.

– Thôi em check-in đi rồi lên nhận phòng – John xua tay cười – Anh mời em đi ăn trưa ở một quán chay gần đây.

– Lại ăn chay nữa hả? – tôi bật cười – OK!

– Ừ, ăn chay cho hạ hỏa – John gật đầu xác nhận – Anh đang bốc hỏa rồi.

Tôi đến quầy tiếp tân, lập cập không cách gì tập trung được. Tôi chỉ đủ sức chìa passport ra rồi ngơ ngẩn tự hỏi chuyện gì đang xảy đến với mình. Tôi không bao giờ có thể tưởng tượng được mình bị cuốn vào mối quan hệ này. Tôi muốn dứt ra như đã từng chạy trốn lúc ở Chicago. Nhưng giờ khi John lại chờ tôi ở Los Angeles vào ngày đầu tiên tôi đến như thế này, tôi không biết mình còn có thể "trụ vững" được bao lâu.

Tôi lên nhận phòng, không dám đề nghị John ngồi lại sảnh tiếp tân chờ. John thì giữ vẻ bình tĩnh và thản nhiên đi theo tôi vô thang máy. Tôi không biết người Mỹ bình thường có hành động như vậy không nhưng dường như John không thích tôi choàng chuẩn mực Mỹ lên anh. Phòng tôi vô tình cũng nằm ngay cuối hành lang như lần ở Chicago. Khi vừa mở cửa vô phòng, cả tôi và John đều ồ lên. Căn phòng có góc nhìn và bài trí giường giống hệt ở Hilton Chicago.

– Một sự tình cờ quái lạ – Tôi thốt lên, hoàn toàn mất bình tĩnh – Chuyện gì vậy trời!

– Em chưa bao giờ ở cùng một chuỗi khách sạn? – John bật cười – Design phòng giống nhau là bình thường thôi mà. Nhưng cũng cái phòng cuối hành lang ngay góc này thì tình cờ thật. Trông giống hệt phòng em ở Hilton Chicago.

– Nó làm em thấy nhớ... – Tôi ú ớ – Ý em là...

– Anh cũng thấy nhớ... – John tiếp lời –... lần chúng ta suýt nữa đã hôn nhau và...

– Không... – Tôi co người lại yếu ớt – Không...

Nhưng John không cho tôi nói dứt, anh lao vào hôn tôi bỏng rát. Tôi cố gắng chống cự, nhưng mùi hương từ cánh rừng ôn đới của John làm tôi đầu hàng. Tôi lọt thỏm trong vòng tay quá rộng và khổ người quá cao của người đàn ông đang muốn ở thế chủ động. Trong những giây đầu tôi chìm ngập vào cảm giác bị chế ngự, và tôi bị cuốn vào sự nồng nhiệt của John, nhưng rồi lý trí lại vùng lên thắng bản năng. "Không... – Tôi cố hết sức đẩy John ra – Làm ơn..."

Cuối cùng John cũng chịu buông tôi ra. Anh thảng thốt thấy vẻ mặt thất thần của tôi và biết rằng mình đã phạm phải một lỗi lớn. Tôi chưa sẵn sàng đón nhận tình cảm của John, tôi đã không mong đợi gặp lại John và nhận từ anh một nụ hôn quá bất ngờ.

– Anh xin lỗi – John ngại ngùng lên tiếng – Anh chỉ nghĩ mình nên làm cái điều mà mình không dám làm ở Hilton Chicago và đã... vuột mất em.

– Nhưng em ở Chicago của năm tháng trước không còn là em ở Los Angeles ngày hôm nay – Tôi đau khổ vì làm John thất vọng – Nếu lần trước anh và em hôn nhau, thì đó là một nụ hôn hoàn hảo.

– Nhưng mình đã không làm – John nuối tiếc – Lẽ ra mình nên chân thành hơn.

– Thời khắc đó qua rồi – Tôi xua tay – Chúng ta quên đi.

– Anh nghĩ rằng em cũng thích anh – John đầy hoang mang – Đã có chuyện gì xảy ra với em.

– Thật khó giải thích cho anh hiểu – Tôi lúng túng thật sự – Em đang... hẹn hò với một người, một người từ quá khứ rất xa. Nhưng anh ấy vừa trở lại.

– Nếu lúc ở Chicago... – John buồn bã – Nếu anh

đừng bỏ qua thời khắc hoàn hảo đó, nếu anh đã dám hôn em, nếu anh đã dám nói với em những gì cần nói...

– Em rất tiếc, John – Tôi thì thầm – Với chữ nếu người ta có thể bỏ Paris vào trong chai.

John sững người nhìn tôi. Tôi ngại ngùng nhìn lại người đàn ông mang hai dòng máu Mỹ-Việt, tự hỏi nếu anh là người Việt hoặc người Mỹ hoàn toàn, có thể chúng tôi đã dễ hiểu nhau hơn. Chúng tôi đã luôn thăm dò nhau và không chắc chắn về suy nghĩ của người khác. John đã xuất hiện đột ngột trong cuộc đời tôi với dáng vẻ bên ngoài của một doanh nhân điềm đạm nhưng nồng nhiệt, anh thể hiện sự hiểu biết rất rõ về sự nghiệp của tôi và có khả năng chia sẻ với tôi nhiều điểm chung. Có thể như giả định của John, nếu lần ở Chicago chúng tôi dám để cảm xúc dẫn dắt, dám đi xa hơn, chắc chúng tôi đã gắn kết với nhau. Và như vậy thì sẽ không có Bình, không có Paris, không có lời hẹn sẽ gặp lại nhau ở San Francisco.

Tôi đột nhiên thấy mình mệt mỏi đến mức kiệt sức vì tinh thần tôi đang căng ra như dây đàn. Tôi nghĩ tốt nhất nên thể hiện một cách chân thành suy nghĩ của mình. Tôi cố gắng đứng dậy, chậm rãi nói mình quá mệt sau chuyến bay dài, không thể cùng đi ăn trưa với John. John cố gắng mỉm cười tự chủ và hứa sẽ nhắn tin để sắp xếp cùng đi ăn tối hoặc cùng đi dạo sau đó.

– Em nghĩ tốt hơn thì – Tôi hít thật sâu – Mình không nên gặp lại nhau.

– Tại sao? – John thất vọng rõ rệt – Chỉ là anh có thể hướng dẫn em tham quan Los Angeles.

– Cảm ơn anh nhưng... – Tôi lại hít thật sâu – Em không thể thoải mái cùng đi với anh mà không bị anh... hấp dẫn. Em không thể...

– Thì chúng ta chỉ là bạn – John nhún vai cười nhẹ nhàng – Không phải chúng ta có duyên gặp nhau sao. Giữ mối quan hệ này trong vòng tình bạn cũng quý giá vậy.

– Có những mối quan hệ "nhạy cảm" – Tôi xoắn tay vào nhau cố giải thích – Hoặc là... tình yêu. Hoặc không là gì cả. Phụ nữ Việt Nam, ý em là bản thân em, rất khó duy trì một tình bạn theo kiểu này.

– Vậy mình không bao giờ gặp lại nhau nữa? – John buồn rầu – Đây là lần chia tay cuối cùng.

– Nên là như vậy – Tôi gật đầu xác nhận, buồn rầu không kém – Em rất tiếc.

– OK, mình tạm biệt nhau – John mỉm cười tự chủ – Nếu còn duyên, mình sẽ gặp lại.

Tôi mở cửa phòng tiễn John ra cửa rồi đứng nép mình bên trong, chuẩn bị đóng cửa lại khi John sẽ quay lưng đi. Nhưng John cứ đứng tần ngần ngoài hành lanh, cảnh tượng giống với lần chúng tôi chia tay nhau ở Hilton Chicago đến rùng mình.

– Anh có thể tạm biệt em theo kiểu Pháp không? – John nhìn sâu vào mắt tôi hỏi – Giống lần trước?

– OK – Tôi cố mỉm cười tiến hẳn ra hành lang – Kiểu Pháp giống lần trước.

Tôi để John ôm hai vai tôi, tôi rướn người lên chờ anh hôn vào má như lần trước. Nhưng trong khi tôi chờ một nụ hôn giản dị, John cúi xuống thấp hơn hôn lên môi tôi.

Nụ hôn của anh lần này thật buồn, ẩm ướt và day dứt. Chúng tôi hôn nhau ngoài hành lang, và một thế kỷ dài trôi qua. Khi John dứt ra đột ngột rồi quay lưng đi cùng lời "Goodbye", tôi vẫn còn đứng ngoài hành lang nhìn theo dáng anh chạy nhanh rồi mất hẳn sau ngã rẽ vào thang máy. Và một thế kỷ dài nữa trôi qua cho đến khi tôi nhận thấy ông bác sĩ già người Thái Lan tiến lại gần.

– Hello, thật vui vì chúng ta lại gặp nhau. Tôi chạm trán người đàn ông Mỹ ở thang máy, cái người đã ôm cô đi từ hồ Michigan về khách sạn hồi ở Chicago – Ông ta nhìn tôi dò xét – Người yêu cô hả?

– Không! – Tôi lắc đầu mệt mỏi – Bạn thôi.

– Bạn mà vào tận phòng? – Ông Thái Lan không buông tha – Hồi ở Chicago cũng thấy, giờ ở Los Angeles cũng gặp. Trông anh ta có vẻ rất buồn. Cô có bao nhiêu người bạn như vậy nhỉ?

– Không nhiều lắm! – Tôi bực, cố giải thích – Còn người yêu của tôi thì đang ở San Jose.

– Vừa có bạn theo kiểu này – Ông Thái Lan giơ hai bàn tay lên làm dấu ngoặc kép – Vừa có người yêu. Tình trường cô phong phú thiệt!

Tôi đóng sầm cửa phòng rồi gieo mình xuống gối. Chuyện gì đã xảy ra với tôi vậy? Trong lúc tôi định tạo bất ngờ cho Bình thì một người đàn ông khác lại tạo bất ngờ với tôi.

Và tôi có linh cảm rất mạnh. Một bất ngờ khác đang chờ tôi.

Chương 18

Night without end

Nhiều người nói với tôi bờ Đông nước Mỹ không đẹp bằng bờ Tây, vì bờ Tây nằm sát Thái Bình Dương, khí hậu ôn hòa quanh năm, nắng vàng tuyệt đẹp trải dài. Giờ đây tận mắt chứng kiến mùa thu California quá ấm áp, mỗi ngày nắng rực rỡ ùa vào phòng lúc mới bảy giờ sáng, tôi mới hiểu được vì sao người Việt Nam khi di cư sang Mỹ thích ở vùng California.

Tiểu bang California nằm trọn phần bờ Tây nước Mỹ, trước kia tôi không ý thức được tiểu bang này rộng lớn như thế nào. Giờ tôi ngạc nhiên khi biết California có diện tích bằng hai phần ba nước Pháp. Và diện tích nước Việt Nam thì chỉ bằng ba phần tư California. Chả trách có rất nhiều Việt kiều khi định cư ở tiểu bang California thì chỉ biết lái xe đi loanh quanh tiểu bang rộng lớn của mình mà vẫn chưa bao giờ lấy máy bay để bay sáu tiếng băng ngang nước Mỹ, đến thăm tượng Nữ thần Tự do. Và cũng rất nhiều người Mỹ định cư ở California chưa có dịp đến những thành phố lớn ở bờ Đông như New York hay thủ đô Washington DC.

Nằm trong tiểu bang California rộng lớn đó là những địa danh nghe rất quen thuộc vì cộng đồng Việt kiều định cư nhiều như quận Cam (Orange County) và thành phố San Jose. Gia đình Bình cũng ở San Jose và anh làm việc cho hãng Apple nằm trong thung lũng Silicon ở thành phố này. Nhìn trên bảng đồ của Google, San Jose và San Francisco rất gần. Không hiểu sao Bình chỉ hẹn tôi đến San Francisco mà không nói sẽ mời tôi về nhà anh ở San Jose. Bình không còn ở chung với gia đình mà anh đã sống riêng trong một căn hộ. Dường như anh không muốn tôi biết đến cuộc sống hằng ngày của mình mà chỉ muốn xuất hiện bên tôi trong tư thế của một kỳ nghỉ.

Chúng tôi sẽ ở khách sạn, ăn nhà hàng, đi dạo phố. Cuộc sống không có bếp núc, dọn dẹp, giặt giũ và những mối bận tâm vặt vãnh.

Bình không nghĩ là tôi đi công tác nhiều rồi, ở khách sạn đến phát chán và không thích ăn nhà hàng chút nào. Tôi muốn đến nhà Bình, ngồi ở chiếc bàn anh làm việc, nằm lên chiếc giường anh ngủ hằng đêm, cùng nấu với anh một món ăn đơn giản và cuộn tròn bên anh trên sofa xem TV. Nhưng nếu Bình đã không thích tôi đến nhà anh, tôi nghĩ mình đừng tìm cách tạo bất ngờ. Có thể đó là một bất ngờ khó chịu và cả hai sẽ trở nên xa cách nhau hơn. Tôi phone cho Bình và báo tin mình đang ở Los Angeles, tôi nghe giọng anh ngại ngần nhiều hơn vui sướng.

– Sao em làm anh bất ngờ vậy – Anh cười nhẹ – Anh vừa nghỉ phép đi châu Âu về, chắc khó đi nghỉ tiếp.

– Thì thôi – Tôi cũng cố cười – Em đi công tác đột xuất, không lẽ đã ở Los Angeles rồi mà không báo tin cho anh, anh biết chắc sẽ trách em.

– Em báo tin anh mới trách đó – Bình khôi hài – OK, Los Angeles không xa San Jose, lái xe chừng sáu hay bảy tiếng tùy có kẹt xe hay không. Anh sẽ cố nghỉ phép nửa ngày lái xe đến Los Angeles gặp em!

– Sao? – Tôi hốt hoảng – Gặp lúc em còn đang trong giai đoạn tập huấn? Thôi thôi, em bận lắm, em phải vô phòng họp từ sáng sớm đến tối mịt. Em được thả ra là kiệt sức rồi. Gặp anh không được đâu... Xong khóa học thì có thể em phải quay về Việt Nam gấp để triển khai những gì được học.

– Vậy chứ em muốn chừng nào gặp? – Bình bật cười nhưng giọng anh đầy phật ý – Hoặc khỏi gặp luôn?

Trước khi đến Mỹ, tôi đã muốn có một kế hoạch gặp lại Bình thật ý nghĩa, nhưng giờ tôi cảm thấy lúng túng khi nghĩ đến cảnh gặp lại anh. Không hiểu vì sao tôi ngại ngần và e dè. Dường như với Bình thì tôi đang thấy có lỗi vì mình đã hôn John, nhưng khi nghĩ đến John tôi lại thấy đau lòng vì làm anh thất vọng. Tôi không biết khi đối diện với Bình tôi sẽ xử sự như thế nào, tôi chưa trở lại là chính mình và vẫn chưa thoát khỏi hình ảnh của John.

– Nếu em thấy chưa tiện – Giọng Bình điềm tĩnh – Thì dịp khác.

– Dịp khác? – Tôi bối rối – Ý anh là lần này em đã ở Los Angeles rồi, rất gần San Jose và San Francisco rồi, mà mình không gặp lại nhau?

– Thì tùy em thôi – Bình lại bật cười – Anh không biết chuyện gì đang xảy ra với em. Hình như em đang rất xáo trộn. Hình như em không phải là em như hồi ở Paris...

– Anh nói sao? – Tôi nghẹt thở – Chắc em mệt quá vì liên tiếp phải di chuyển quá nhiều trong thời gian qua, rồi công việc căng thẳng. Em rất nhớ anh. OK, anh lái xe đến gặp em đi nhé. Càng sớm càng tốt! Em yêu anh!

Tôi nói rất nhanh rồi trong vô thức, tôi cúp máy mà chưa kịp nghe Bình đáp lại. Thật sự tôi đã rất nhớ anh và đã hồi hộp tự hỏi khi gặp lại anh ở Mỹ, anh sẽ khác thế nào so với lúc ở Paris. Tôi cần phải thoát ra khỏi những ám ảnh với John và trở về với thực tại. Nhưng càng cố quên John, tôi càng nghĩ đến anh cùng vô vàn những thắc mắc. Một người đàn ông hấp dẫn nhưng chưa lập gia đình vì chú tâm vào công việc như anh, có thể dễ dàng thích một phụ nữ tình cờ ngồi chung một chuyến bay? Một doanh nhân Mỹ đầy trải nghiệm như thế, có thể thích một phụ nữ khó hiểu như tôi? Đàn ông trên bốn mươi thường rất thực tế trong chuyện tình cảm, sao John lại hành động lãng mạn theo kiểu "From Chicago with love"? Đàn ông Mỹ vẫn mang tiếng là thô kệch và thực dụng, sao John lại thích tạo bất ngờ và đón chờ tôi tại Los Angeles?

Cái đầu thích logic của tôi càng cố lý giải mọi hành động của John bao nhiêu, tôi càng lún sâu vào hoài niệm với anh. Và dù lý do chính tôi có mặt ở Los Angeles là để tham gia lớp tập huấn, tôi thường không tập trung vào những gì diễn giả nói trên bục. Mắt tôi trĩu nặng vì buồn ngủ do không chợp được mắt vào ban đêm. Vì thiếu ngủ mà bù bằng quá nhiều cà phê, tôi luôn thấy nhức đầu và thần kinh căng thẳng. Xung quanh tôi, những đồng nghiệp từ châu Á cũng đang mệt mỏi cố theo dõi khóa học. Chúng tôi không còn sức lực để đùa giỡn với nhau. Ông bác sĩ Thái Lan thường xuyên ngủ gục và thậm chí còn dám ngáy lên công khai.

Cũng may, ban tổ chức hứa khi kết thúc khóa học sẽ phát cho mỗi người một đĩa CD ghi lại đầy đủ tài liệu và cách hướng dẫn quy trình thực hiện. Họ cũng rất "biết điều", sau khi hết giờ học, họ cho chúng tôi lên xe, chở đi dạo một số địa điểm nổi tiếng ở Los Angeles cho thư giãn. Buổi tối đầu tiên chúng tôi được đến khu Hollywood. Một số người ở lại về sau, còn thì đa phần chọn về với xe chờ sẵn lúc chín giờ. Có lẽ chúng tôi đều là giới y dược khô khan, tuổi cũng không còn quá trẻ để bon chen và nhất là buổi tập huấn đã lấy hết sức lực của chúng tôi rồi. Vì thế, Hollywood không có chút hấp dẫn nào ngoài một con đường có những nhà hát theo phong cách Trung Quốc và Ai Cập, những người hóa trang vào những nhân vật nổi tiếng trong điện ảnh như Người Sói hay Kingkong. Đám cố vấn y khoa chúng tôi còn đang đau đầu vì khóa huấn luyện giải quyết tác dụng phụ của thuốc, Hollywood chỉ để lại ấn tượng giả tạo và hào nhoáng bình dân.

Ngày thứ tư của khóa tập huấn, cũng là ngày cuối cùng. Chúng tôi được kết thúc sớm lúc ba giờ để ban tổ chức chở chúng tôi đi tham quan khu Rodeo Drive ở Beverly Hills. Đây là khu hào nhoáng bậc nhất Los Angeles với những đại lộ lộng lẫy, những hàng cọ duyên dáng, những căn biệt thự xinh đẹp của các tỷ phú, những cửa hiệu nữ trang, đồng hồ, những shop thời trang cao cấp. Đây là bối cảnh trong phim Pretty Women, khi Julia Robert đi mua sắm và trở nên "đẳng cấp" với mớ áo quần tậu được. Ông bác sĩ Thái Lan thỉnh thoảng rên lên khi nhìn thấy những chiếc xe hơi "hàng khủng" đắt tiền trên đường phố. Cô đồng nghiệp Hàn Quốc xuýt xoa khi đi ngang những shop thời trang lộng lẫy. Beverly Hills phô bày giá trị vật chất một cách lộ liễu, mọi thứ đều sang trọng đến cực điểm. Tôi nghĩ mình thích vẻ sang trọng tiết chế của Paris hơn.

Sau khi cho chúng tôi rửa mắt với cảnh giàu sang tột độ của Beverly Hills, ban tổ chức chở chúng tôi vô khách sạn Beverly Wilshire dự Gala Dinner, kết thúc khóa tập huấn. Nước Mỹ quả đã tạo cho tôi ấn tượng mạnh về giá trị vật chất, như đêm Gala lần này, mọi thứ đều hào nhoáng và lộng lẫy. Tôi tự hỏi sao công ty chịu chơi và chịu chi đến thế, ngân sách để tổ chức khóa huấn luyện chắc chắn là khổng lồ. Ông bác sĩ Thái Lan thì thầm cố giải thích cho tôi hiểu: "Các sếp lớn muốn lấy lòng chúng ta, vì cái vụ giải quyết tác dụng phụ của thuốc lần này là một cuộc chiến rất thử thách. Rồi chúng ta phải cày ngày cày đêm, vất vả trăm bề. Nếu chúng ta không làm tốt, sản phẩm có thể bị thu hồi, hàng tỷ đô la đổ vào nghiên cứu thuốc trong mấy năm qua coi như đổ sông đổ biển hết. Cô chuẩn bị tinh thần quay về nước mà cày trối chết nhé!"

Với viễn cảnh vừa quay về Việt Nam đã phải lao vào làm việc như điên, phải vô công ty từ sáng sớm và về nhà lúc mười giờ đêm, phải họp mờ mắt và viết báo cáo nhức đầu, tôi quyết tâm tối nay phải tận hưởng bữa tiệc sang trọng này cho bõ. Trên đời không có gì là miễn phí. Tôi bắt chước cô đồng nghiệp Hàn Quốc uống một ly rượu cocktail màu xanh có tên là "Night without end". Đợi tôi uống xong Kim cười nói loại cocktail này sẽ gây hưng phấn mạnh. Nhưng chưa kịp thấy hưng phấn thì tôi đã bị choáng vì tỷ lệ rượu khá cao, đầu tôi quay cuồng, đêm cuối ở Los Angeles sang trọng thế là đã "already end" chứ không "without end" như mong muốn. Tôi lên xe về lại khách sạn theo chuyến đầu tiên lúc mới chín giờ. Những người ở lại sẽ về trên chuyến khác cách nhau một tiếng và chuyến cuối cùng sẽ là nửa đêm. Sau chuyến đó ai không về coi như sẽ tự lấy taxi. Vì tôi về sớm, trên xe toàn những người sắp về hưu mệt mỏi muốn ngủ gục.

Đối với họ những xa xỉ và ồn ào của buổi tiệc thật sự vô giá trị, một chiếc giường êm ái mới là thứ họ cần. Và tôi cũng cần giống họ.

Vừa bước vô khách sạn, tôi xăm xăm đi về hướng thang máy nhưng anh gác cửa chặn tôi lại hỏi có phải tôi là Ms. An từ Việt Nam. "Có người đến gặp cô" – Người gác cửa nháy mắt thông báo – "Anh ta ngồi chờ cô trong sảnh Business Lounge". Tôi giật bắn người. John vẫn muốn gặp lại tôi trước khi tôi về Việt Nam. Đã thế, tôi cũng muốn gặp anh để hỏi thắng những thắc mắc của mình. Thật ra, anh thích tôi đến mức nào và vì sao lại thích. Nếu anh cứ tấn công tôi thế này thì tôi đầu hàng mất thôi. Tôi đâu thể chống cự lại vẻ hấp dẫn của anh mãi được.

Tôi bước vô Business Lounge và chỉ thấy có hai người đàn ông đang ngồi quay lưng và đều đang cắm cúi trên laptop. Không có ai trông có vẻ là John cả. Tôi đi vòng lại để nhìn mặt cho kỹ và ngỡ ngàng nhận ra John không hề đến.

Bình ngồi đó, gương mặt đẹp trai của anh đang chăm chú làm việc trên máy tính. Vì anh mặc áo veste nên nhìn từ phía sau tôi đã không nhận ra. Trông anh thật khác với hai tuần trước ở Paris, khi đó anh chỉ ăn mặc giản dị. Giờ mặt Bình căng thẳng, trán có những nếp nhăn, lưng hơi khòm xuống, những ngón tay thon trên phím khẽ run vì tập trung cao độ. Anh đã trở về với nếp sống của một kỹ sư IT, của người đi làm với trách nhiệm cao trong tập đoàn lớn, của một người bận rộn làm việc đến mờ mắt trên đất Mỹ. Bình không còn phong thái ung dung và ánh mắt vô ưu như khi anh đi nghỉ ở Paris nữa. Tôi thấy lòng mềm lại, chỉ nhìn hình ảnh này của Bình, tôi đã biết ở Mỹ anh không hề là một lãng tử đa tình như tôi vẫn nghĩ.

– Chào anh... – Tôi nhẹ nhàng đến bên Bình – Anh làm em bất ngờ quá!

– À! – Bình ngẩng lên, mắt anh vụt sáng – Em mới làm anh bất ngờ. Sao trông em hồng hào và long lanh vậy. Ý anh là mặt em thì hồng rực còn mắt em thì sáng bừng.

– Chắc tại em có uống một ly cocktail – Tôi vuốt tóc – Nhưng vì vậy nên em bị say rượu phải về nghỉ sớm.

– Em mặc đầm veste rất sang trọng – Bình nghiêng đầu nhìn tôi mỉm cười – Nhìn sắc sảo quá, đúng là nữ cố vấn y khoa oai phong của công ty KSA. Em khác hẳn vẻ nhẹ nhàng hồi ở Paris.

– Anh đến Los Angeles tìm em à? – Tôi hạnh phúc hỏi – Sao anh nói không được nghỉ phép?

– Nhưng để gặp em, không được nghỉ phép thì anh... nghỉ việc luôn – Bình nửa đùa nửa thật – Thật ra ở cấp độ của anh, không có sếp để duyệt nghỉ phép. Chỉ có trách nhiệm đòi hỏi anh làm việc mà thôi.

– Em tưởng anh chỉ là kỹ sư quèn – Tôi cũng nửa đùa nửa thật – Chỉ là một trong hàng ngàn kỹ sư của Apple. Hóa ra anh cũng ở một cấp độ nào đó quan trọng à?

– Em nghĩ vì sao em mê anh? – Bình bật cười – Không phải vì anh cũng xứng đáng để cho em mê sao? Nếu anh chưa có địa vị gì tương xứng, anh làm sao dám hẹn gặp lại em ở Paris?

Tôi lặng im nhìn Bình mỉm cười. Đúng là ngày trước anh học rất giỏi, nằm trong đội tuyển thi học sinh giỏi toàn quốc nhiều môn. Nhưng khi gặp lại ở Paris, Bình cho tôi cảm giác anh là một người thất bại và yếm thế trong sự nghiệp. Thì ra dù anh không được làm đúng công việc mình đam mê, nhưng với tính thích nghi cao, anh rồi cũng phải làm tốt những gì mình đang có.

– Em không còn là một cô bé mười tám tuổi mê say ai chỉ vì người đó đẹp trai và học giỏi – Tôi thú nhận – Nếu giờ anh chỉ là một người rất bình thường, không có sự nghiệp sáng chói, không có thu nhập khá cao, không có địa vị xã hội và kể cả anh không còn đẹp trai phong độ nữa, em vẫn yêu anh.

– Những lời dối gian – Bình bật cười lắc đầu – Em không phải loại phụ nữ khi yêu thì mờ mắt đâu. Anh luôn có cảm giác bị cạnh tranh dữ dội bởi những người đàn ông thành đạt khác đang xoay quanh đời em.

– Em đâu có ai ngoài anh! – Tôi nói xong xấu hổ vì mình quá dối gian.

– Em phone báo tin đang ở Los Angeles rồi cúp máy đột ngột. Em không hề nói ngày nào mình gặp lại và gặp ở đâu. Em im lặng luôn không liên lạc lại với anh cả ba ngày nay – Bình trở nên nghiêm trang – Em hành động không hề giống em, vốn luôn lên kế hoạch đến từng chi tiết. Nếu anh không đến tìm em, thì trưa mai em phải trả phòng rồi. Và em sẽ ra thẳng phi trường về lại Việt Nam luôn mà không gặp lại anh chứ gì?

– Em sẽ gặp lại anh chứ! – Tôi bật cười trước vẻ trách móc của Bình – Trưa mai em sẽ lấy xe lửa hay xe đò gì đó đến San Jose tìm anh.

– Tìm anh? – Bình lắc đầu – Mà không báo trước em sẽ đến lúc nào? San Jose không phải là một thị trấn nhỏ để em tìm đâu. Anh cũng không ngồi đợi em sẵn ở nhà được. Và từ khách sạn của em ở Los Angeles đi đến tận nhà anh ở San Jose thì tốt nhất là có xe hơi chở. Em thừa biết ở Mỹ phương tiện công cộng không thuận tiện như châu Âu mà. Em lạ thật...

– Sao anh biết em ở khách sạn này? – Tôi cố đánh lạc hướng – Em nhớ mình đâu có nói.

– Em gọi cho anh từ khách sạn – Bình nhún vai – Chỉ cần bấm máy gọi ngược lại là biết. Anh phải hỏi khách sạn chừng nào KSA kết thúc hội thảo, canh vào ngày cuối để đến tìm em.

– Sao anh không đến sớm hơn? – Tôi cao giọng trách.

– Sớm hơn? – Bình lắc đầu – Chính em nói đừng đến vì em đang trong khóa học rất bận rộn.

– Em tưởng em đã yêu cầu anh đến càng sớm càng tốt – Tôi xua tay cười xòa – Đúng là lần này mình giao tiếp với nhau không rõ ràng và chi tiết như hồi hẹn nhau ở Paris.

– Em làm anh thấy lạ – Bình đóng máy đứng dậy – Chuyện gì xảy ra với em vậy?

– Em bận rộn và mệt mỏi – Tôi nhún vai – Mà như thế thì anh mới chủ động đi tìm em. Không lẽ lúc nào em cũng lên kế hoạch chi tiết để tìm anh?

Có lẽ tôi hơi lớn tiếng, khiến người đàn ông khác đang ngồi làm việc thấy phiền phải ngước lên nhìn. Bình ra dấu đề nghị chúng tôi rời khỏi Business Lounge. Tôi đưa Bình lên phòng mình. Anh cứ tủm tỉm nhìn tôi cười. Tấm gương trong thang máy cho tôi thấy mặt mình đang rất hồng và mắt tôi sáng long lanh. Tôi không có vẻ gì là người đang bị choáng cần được ngủ ngay tức khắc cả. "Em đẹp hơn hồi ở Paris nhiều lắm" – Bình thì thầm – "Vậy mà anh cứ tưởng em xác xơ vì bị khóa tập huấn hành hạ".

Đứng trước cửa phòng, tôi lập cập dùng thẻ mở cửa mãi không được. Bình bật cười giật lấy thẻ, mở cửa rồi đẩy nhẹ lưng tôi vào trước. Bỗng dưng tôi thấy thẹn thùng trong không gian giờ đây đã quá riêng tư. Tôi đến bên cửa sổ, kéo màn ra thật rộng. Ngoài kia là Los Angeles với hàng vạn ánh đèn màu lấp lánh. Những đêm trước tôi chỉ về đến phòng là nhanh chóng đi ngủ ngay, chưa bao giờ kéo màn cửa nhìn ra thành phố đèn hoa như hôm nay. "Đẹp quá!" – Tôi thì thào – "Em đã rất nhớ anh. Lại đây hôn em..."

Bình đến bên tôi, anh không vội làm theo yêu cầu mà chỉ đứng cùng tôi nhìn ra ngoài cửa sổ. Những ánh đèn lấp lánh hắt ánh sáng nhảy múa lên mặt chúng tôi. Đã lâu lắm rồi tôi không có dịp tận hưởng màn đêm rực rỡ ngay trong lòng đô thị như thế này. Los Angeles náo nhiệt đầy ánh sáng khêu gợi ngoài kia làm lòng tôi bỗng chốc rộn ràng. Tôi tự hỏi hay vì ly cocktail "Night without end" giờ đây đã có tác dụng làm tôi hưng phấn mạnh, biết vậy tôi uống luôn hai ly. Tôi liếc sang nhìn Bình, anh cũng đang quay lại nhìn tôi. Dường như Bình cũng đã uống một loại cocktail nào đó, mắt anh long lanh mong đợi, môi anh hé mở thì thào "Đêm chỉ mới bắt đầu".

Chúng tôi hôn nhau nhẹ nhàng rồi say đắm. Tôi vuốt ve gương mặt đẹp trai của người đàn ông tôi đã mơ tưởng suốt bao năm dài, tôi hôn lên cổ anh để lắng nghe mùi hương của Sài Gòn cũ, tôi ôm lấy lưng anh như cái đêm chúng tôi cùng trôi khắp phố phường, tôi dụi đầu vào ngực anh như giây phút ngất ngây lần đầu chúng tôi thuộc về nhau trọn vẹn ở Paris. Bình ôm siết tôi âu yếm, anh đáp lại sự nồng nhiệt của tôi dịu dàng và nâng niu, chủ động và mạnh mẽ. Trong vòng tay Bình tôi không còn bận tâm gì nữa, lý trí tôi lụi tàn nhường chỗ cho cảm xúc trào dâng như những ngọn sóng nhỏ, nhấp nhô, bồng bềnh.

Night without end!

May mà tôi chỉ uống có một ly...

Chương 19

Anh sẽ chờ em đến San Francisco

Dù không có nhiều thời giờ để khám phá ngoài những nơi KSA đưa tôi tham quan lướt qua, tôi vẫn cảm nhận được Los Angeles là một thành phố rất rộng lớn, có nhiều khu vực riêng biệt khác nhau và là thành phố mang vẻ đẹp Địa Trung Hải tràn đầy ánh nắng. Tôi không nên so sánh Los Angeles với Paris, Vienne hay Rome. Thậm chí, tôi cũng không nên so sánh Los Angeles của bờ Tây với New York của bờ Đông trên cùng một lãnh thổ liên bang Mỹ. Mỗi thành phố có một nét đẹp riêng, mọi so sánh đều khập khiễng và không công bằng.

Bình chở tôi rời Los Angeles vào một ngày nắng mới, tôi nhìn qua cửa sổ xe ngắm những bụi hoa đỏ sẫm nổi bật trên nền những dãy nhà màu cát. Những hàng cọ thẳng tắp xòe những tán lá duyên dáng vươn lên bầu trời xanh. Chúng tôi sẽ ghé Santa Barbara ăn trưa rồi tiếp tục hành trình dài đến San Jose. Không như tôi nghĩ Bình muốn che giấu cuộc sống thường ngày, khi tôi e dè đề nghị thay vì đến thẳng San Francisco, tôi có thể ghé qua San Jose thăm gia đình của Bình và căn hộ của anh, anh đã vui vẻ chấp nhận.

– Mẹ anh chắc là rất vui – Bình hào hứng – Một vài anh chị của anh cũng sẽ về để được gặp lại em. Mọi người không ai tưởng tượng nổi bé An ngày nào lại trở thành cố vấn y khoa, đi công tác oai phong ở Mỹ như thế này.

– Thôi anh đừng chọc em nữa – Tôi nhăn nhó cười – Em không biết hồi đó mọi người thấy em thế nào, chắc là khờ khạo và nhút nhát lắm?

– Dĩ nhiên là không tự tin, bạo dạn và chủ động như bây giờ – Bình bật cười nhìn tôi đầy ngụ ý – Nếu hồi đó em chỉ bạo bằng một nửa thôi, anh đã không thoát khỏi em và ở lại Sài Gòn luôn rồi.

– Mẹ anh nên mang ơn em – Tôi đỏ mặt – Nếu không gia đình anh đã bị trục trặc không được đi Mỹ vì có một đứa con đòi ở lại. Cô Hằng giờ còn mạnh mẽ và thích kiểm soát mọi người trong gia đình không?

– Mẹ anh già rồi, bớt sân si – Bình nhăn nhó với ánh mắt xám lại – Nhưng vẫn thích ra lệnh.

– Dường như anh không hòa hợp lắm với cô Hằng? – Tôi thăm dò hỏi – Nhớ hồi đó cả nhà anh ai cũng răm rắp sợ mẹ.

– Hồi đó mẹ anh vô trường gặp hiệu trưởng đòi miễn cho anh vụ đeo khăn quàng đỏ và tham gia sinh hoạt Đội – Bình nhìn thẳng về phía trước – Mẹ anh gây rắc rối cho mấy đứa con vì cứ làm những chuyện như vậy. Qua tới Mỹ rồi, cuộc sống ở đây là tự do và dân chủ, nhưng mẹ anh độc tài với chồng con khủng khiếp. Em có biết vì sao anh chưa có vợ không?

Đột nhiên Bình quay sang nhìn tôi với ánh mắt vừa châm biếm vừa cay đắng. Anh nói vì mẹ anh muốn anh lấy vợ nên anh cố tình làm trái lời. Mẹ anh càng mai mối với những cô gái Việt Nam anh càng chống đối quyết liệt. Không phải mẹ anh muốn con lập gia đình để yên bề gia thất, chỉ vì bà không chịu được cộng đồng Việt Nam xầm xì về tình trạng độc thân trễ nải của Bình.

– Người Việt Nam kỳ lắm – Bình nhếch môi chua chát – Chỉ quan tâm đến việc người khác nghĩ gì về mình. Người ta nói anh đẹp trai mà không cưới vợ thì... chắc là pê-đê rồi. Người ta lại nói anh đi San Francisco hoài, mà thành phố đó thủ phủ của dân đồng tính. Nên chắc chắn anh cũng đồng tính...

– Anh không đồng tính! – Tôi thốt lên

– Em thì biết rõ rồi – Bình bật cười – Và anh cũng tự biết, nên không việc gì phải lấy vợ chỉ để chứng minh mình là đàn ông. Mẹ anh càng ép anh lấy vợ, anh càng cố tình làm trái ý.

– Em nên cảm ơn mẹ anh – Tôi cười ngất – Nhờ vậy mà anh vẫn còn tự do.

– Suốt một thời trai trẻ – Bình trầm ngâm – Anh đã quá nghe lời ba mẹ rồi. Nếu anh được quyền chọn cho mình một cuộc sống khác không theo "chỉ thị" của gia đình, từ việc cấm yêu lúc còn ở Sài Gòn đến việc cấm không cho về thăm Việt Nam lúc ba anh còn sống, anh tin mình sẽ hạnh phúc hơn.

– Thì bây giờ cũng hạnh phúc rồi – Tôi cố đùa, nắm lấy tay Bình an ủi – Dù hơi trễ một chút...

– Còn em, thật ra vì sao em chưa có chồng vậy? – Bình đột ngột hỏi điều mà anh tế nhị chưa từng đề cập đến – Mẹ em cũng ép đến mức em muốn cãi lời?

– Không, ngược lại – Tôi cười phá lên – Mẹ em muốn em mãi mãi là bé An, đừng lấy chồng để lúc nào cũng là đứa con bé bỏng. Em là con một, em lấy chồng rồi ai gần gũi sớm hôm với ba mẹ nữa.

– Anh nên cảm ơn mẹ em – Bình không nhịn được cười – Tối nay mình sẽ uống vì những phụ huynh độc đáo của anh và em.

Tôi cùng cười nghiêng ngả với Bình nhưng tôi biết mình chưa lấy chồng không phải hoàn toàn vì mẹ tôi không muốn xa con. Mẹ tôi chứng kiến những cuộc tình đến rồi đi của tôi mà không bao giờ có ý kiến. Trong khi những bà mẹ khác nóng ruột khi con gái bước sang tuổi ba mươi mà chưa lên xe hoa, mẹ tôi đối xử với tôi như một thiếu nữ mười tám. "Không có gì vội, con cứ từ từ mà chọn. Rồi một quân tử sẽ đến, xứng đáng với những giá trị tuyệt vời của con". Tôi quá tự tin về bản thân một phần cũng là do mẹ tôi truyền ý nghĩ đó sang.

– Em không nghĩ anh không lấy vợ chỉ vì muốn cố tình làm trái ý mẹ – Tôi ngồi thẳng người lên nghiêm túc – Phải có một lý do nào đó thuyết phục hơn chứ!

– Em có biết vì sao em mạnh mẽ và chuyên nghiệp trong công việc nhưng luôn là một người không chắc chắn và bất ổn trong tình cảm không? – Bình cũng nghiêm nét mặt – Vì em luôn thích lý giải mọi chuyện đến từng chi tiết nhỏ.

– Tình cảm thì cũng phải mang tính logic – Tôi thú nhận – Em bất ổn là vì em luôn sợ mình bị... đàn ông gạt.

– Thôi đi! – Bình phì cười – Em đừng đóng vai ngây thơ nữa. Nếu anh đoán không lầm, có một người đàn ông nào đó đến khách sạn Hilton Checkers ở Los Angeles tìm em trước khi anh đến?

– Sao? – Tôi giật nảy người – Ai?

– Không có thì thôi – Bình nhún vai làm vẻ thản nhiên – Chỉ là khi mình ngồi ăn sáng trong khách sạn sáng nay, khi em đi lấy thức ăn ở quầy buffet, ông Thái Lan mà em giới thiệu là đồng nghiệp cùng công ty có nói với anh...

– Ông đó! – Tôi nghẹn lời – Ông ta nói gì với anh?

– Chỉ là một lời chúc mừng – Bình nhại giọng ông Thái Lan – "Anh đến đây sau và giờ sẽ đem cô ấy theo cùng, còn người kia đến trước mà về tay không. Tôi thấy anh ta ra khỏi phòng cô ấy buồn thiu."

Tôi chết lặng, giận ông Thái Lan thì ít mà giận bản thân thì nhiều. Lẽ ra tôi nên kể hết với Bình trước khi anh tình cờ phát hiện chỉ một phần sự thật và có thể sẽ suy diễn theo bất kỳ câu chuyện nào. Nhưng giờ tôi không biết phải bắt đầu ra sao và lúng túng hết đường phân bua. Bình liếc sang nhìn tôi một thoáng rồi điềm nhiên nói:

– Chắc người quen đến gởi đồ nhờ em đem về Việt Nam? Mấy Việt kiều cứ thích tận dụng có người trong nước sang là gởi về lung tung.

– Việt kiều gởi đồ – Tôi lặp lại vô thức.

– À mà không phải Việt kiều, anh nhớ ra rồi – Bình thốt lên – Ông Thái Lan còn nói thích anh hơn vì dù sao anh cũng là người châu Á.

– Sao? – Tôi phản ứng chậm chạp – Anh nói gì?

– Có nghĩa là người kia không phải châu Á – Bình nhếch miệng – Tức là một người Mỹ. Có thể là Mỹ đen...

– Anh ta không đen – Tôi cãi lại – John là người Mỹ da trắng rất đẹp trai.

– John? – Bình quay hẳn người nhìn tôi, cố giấu vẻ tổn thương – Hay thật!

Tôi không biết nói thêm gì. Bình cũng không trò chuyện tiếp. Chúng tôi ngồi im lặng trên xe thêm một đoạn đường rồi Bình thông báo đã đến Santa Barbara, nơi dừng lại ăn trưa trước khi đi tiếp về San Jose. Bình làm ra vẻ thản nhiên, nói chúng tôi nên đi dạo một vòng ngoài bờ biển rồi hãy tìm nhà hàng ăn trưa. Anh thậm chí còn nắm tay tôi nhưng tôi cảm nhận một tảng băng đang chắn giữa hai người.

Bờ biển Santa Barbara quá xinh đẹp với hàng cọ xanh, bãi cát vàng và bầu trời trong vắt trên cao. Nhưng tôi không tận hưởng được cảnh đẹp, tim tôi trĩu nặng, chân tôi như đeo chì. Tôi phải làm sao để phá tảng băng lạnh giá ngăn tôi tách xa Bình. Tôi nghĩ, tốt nhất, tôi cứ có sao kể vậy, lược bỏ mấy đoạn "rất nhạy cảm" và chân thành với người tôi yêu.

– Em muốn kể với anh... – Tôi kéo tay Bình đứng lại – ... về John.

– Không cần đâu – Bình cười nhẹ xua tay nhưng anh đang kìm nén cảm xúc – Hoặc là để khi khác.

– Em không có gì phải giấu anh, chỉ là em không biết kể thế nào để anh đừng hiểu lầm – Tôi vặn tay bối rối – John là... là một người đàn ông...

– Anh biết anh ta là đàn ông – Bình mỉm cười cố gắng tự chủ – Và chắc là một người đàn ông rất đặc biệt. Em đã bối rối không còn là chính mình trong những ngày đầu ở Los Angeles.

– Em quen John trên máy bay khi từ Việt Nam sang Mỹ hồi tháng Năm vừa rồi, lúc đi công tác ở Chicago – Tôi cố gắng tiếp tục – Lần đó anh ta chắc là đã... thích em. Nên lần này, khi biết tập đoàn KSA tổ chức họp ở Hilton Checkers ở Los Angeles, John đến tìm, chỉ là để mời em cùng ăn trưa chung. Nhưng em từ chối không đi. Anh ta đi về, và đụng phải ông Thái Lan...

– OK, OK – Bình xua tay – Vậy được rồi. Em đừng đi vô chi tiết nữa.

– OK thật chứ? – Tôi hồ nghi hỏi lại – Anh không...

– Dĩ nhiên là anh... – Bình phì cười – Phải, dĩ nhiên là anh có ghen!

– Ghen? – Tôi thốt lên – Anh...

Bình không để tôi nói hết, anh ôm tôi thật chặt vào lòng với một cảm xúc òa vỡ. Rồi Bình nâng mặt tôi lên, ngắm tôi như thể anh vừa tìm lại được một món đồ quý giá bị đánh mất. Ánh mắt anh tha thiết hơn bao giờ hết "Hãy hứa từ nay em chỉ biết yêu có một mình anh" – Bình thì thầm – "Đã tới lúc em nên chốt lại tình trường phong phú của mình!". Tôi mỉm cười gật đầu. Chúng tôi hôn nhau giữa bốn bề biển vắng, hạnh phúc nhận ra cuối cùng mình cũng đã nói với nhau một lời cam kết dài lâu. Trong vòng tay siết chặt của Bình, tôi biết từ nay mình không còn cơ hội để bất ổn nữa. Tôi thấy lòng bình yên dù tim đập rộn ràng. Bình đã yêu tôi nhiều hơn tôi tưởng và giờ tôi không còn lý do gì để bận tâm.

Kể cả việc tôi phải bỏ hết tất cả ở Sài Gòn để sang đây sống cùng anh.

Và đi làm *nail*.

*

Santa Barbara quá đẹp và chúng tôi đã quyết định ở lại trong một resort bao phủ bởi những giàn hoa giấy đỏ thêm một ngày trước khi về San Jose. Nhưng sáng hôm sau, thay vì đi tiếp về San Jose, tôi nhận được điện thoại từ sếp triệu tôi về Việt Nam gấp. Có một cuộc họp với các ban ngành ở Hà Nội cần sự có mặt của tôi. Nếu tôi không tham dự, sản phẩm đang gặp rắc rối với tác dụng phụ sẽ bị cấm lưu hành vĩnh viễn tại Việt Nam. Tôi cần giải thích cho những người có trách nhiệm hiểu rõ KSA đã điều chỉnh liều dùng và chứng minh được điều đó không ảnh hưởng lên sức khỏe bệnh nhân.

— Em không thể không về liền — Tôi nhìn Bình bối rối — Đó là trách nhiệm của em. Em không thể để công ty bị ảnh hưởng uy tín và vứt bỏ mọi công lao của tập thể phòng nghiên cứu mấy năm nay được. Đó là chưa nói đến mặt chi phí, một khoản tiền khổng lồ.

— OK, thì em về đi — Bình cố giấu thất vọng — Anh chở em ngược lại phi trường Los Angeles.

— Cảm ơn anh — Tôi thở phào mỉm cười — Lần khác chắc chắn mình sẽ đến San Francisco.

— Sao tối qua em nói sẽ bỏ hết để đi làm *nail* — Bình nháy mắt cười — Mà giờ nghe sếp gọi về Việt Nam họp thì lật đật về liền.

— Em cố gắng về giải quyết chuyện này cho xong, vì đó là trách nhiệm — Tôi bật cười — Rồi em sẽ học làm *nail*. Phòng hờ anh muốn em sang Mỹ ở với anh luôn thì em có thể kiếm việc làm.

— Những lời dối gian — Bình bật cười.

Tôi phải lên máy bay vội vã vì nếu trễ chuyến gần sát giờ đó, tôi phải chờ thêm ít nhất mười tiếng nữa và sẽ trễ cuộc họp ở Hà Nội. Bình không kịp hẹn rốt cuộc thì khi nào chúng tôi có thể lại gặp nhau ở San Francisco. Nhưng trước khi tôi vào cổng hải quan, Bình đột nhiên kéo tôi lại, anh thở thật sâu rồi rút trong túi ra một chiếc nhẫn. Bình nói anh định bụng chúng tôi sẽ có một kỳ nghỉ tuyệt vời ở San Francisco và nhân một khung cảnh lãng mạn nào đó, sẽ đề nghị với tôi "một lời cam kết lâu dài".

– Nhưng bây giờ em phải đột ngột quay về Việt Nam họp gấp. Anh sợ trên máy bay em lại quen với một anh chàng nào khác – Bình lắc đầu mỉm cười – và cơ hội hẹn em ở San Francisco lần tới cùng lời cầu hôn lãng mạn sẽ không bao giờ xảy ra. Cho nên những gì cần nói thì anh nên nói hết, dù khung cảnh ồn ào của phi trường không được thích hợp lắm.

– Suốt những năm tháng qua anh không hề sợ mất em – Tôi bật cười xúc động trào nước mắt – Và lúc ở Paris anh cũng không lo sợ gì.

– Nhưng giờ thì anh rất sợ – Bình nhìn sâu vào mắt tôi thú nhận – Dịp may khi biết em còn độc thân sẽ không đến hai lần. Thật ra anh luôn thắc mắc vì sao em vẫn chưa có chồng, em có khả năng cuốn hút đàn ông rất nhanh chóng, ví dụ như chỉ cùng ngồi trên một chuyến bay.

– Nhưng sau đó thì họ nhận ra em là người khó hiểu – Tôi nửa đùa nửa thật – Và họ thất vọng thấy em đầy khiếm khuyết.

– Em đừng làm anh sợ chứ! – Bình cũng nửa đùa nửa thật – Khiếm khuyết thì ai mà không có. Anh cũng đầy khiếm khuyết, ví dụ em hay chọc là anh sướt mướt và ủy mị.

Chúng tôi nhìn sâu vào mắt nhau, nhận ra cả hai đã vượt qua giai đoạn chỉ bị vẻ bề ngoài và những ưu điểm cuốn hút. Suốt những năm tháng qua tôi luôn đi tìm người đàn ông hoàn hảo trong khi bản thân mình thì lại không hoàn thiện. Và tôi cũng không thể đòi hỏi Bình phải là một ngôi sao để tôi suốt đời luôn hâm mộ. Anh cũng có những điểm yếu của mình. Và tôi yêu những lúc mắt anh nhòe nước vì xúc động.

– Vậy, mình sẽ thay đổi mục "Marital status" trong lý lịch từ "Single" sang "Married" nhe – Bình đỏ mặt hồi hộp nhìn tôi – Em nói "yes" chứ?

– Sao? – Tôi ngơ ngác rồi bật cười – À, dĩ nhiên, "yes" một trăm lần.

– Còn vụ làm *nail*? – Bình nhoẻn cười hạnh phúc – Hay là anh sẽ về Việt Nam làm thầy giáo dạy tiếng Pháp?

Tôi nhìn nụ cười bừng sáng như bỏ bùa của Bình và ánh mắt chứa chan yêu thương của anh, nghĩ có phải chờ anh thêm gần hai mươi năm nữa tôi cũng chịu. Nhưng ngày trước chỉ vì một lần chở nhau bềnh bồng ở Sài Gòn mà tôi điêu đứng suốt bao năm dài. Giờ chúng tôi đã cùng nhau đi "quá xa" đến mức này, chờ thêm nữa thật quá khó. Tôi bỗng dưng thấy rời xa Bình ngay lúc này là không thể, nhất là khi tôi vừa nghe lời cầu hôn của anh.

– Em không muốn lên máy bay nữa – Tôi ham muốn được ở lại thật sự – Mình cùng đi San Francisco đi, mặc kệ cuộc họp ở Hà Nội, mặc kệ KSA và mọi chuyện của họ.

– Thôi thôi em đi về đi – Bình xoay lưng tôi lại đẩy về phía cổng hải quan – Em về Việt Nam sớm anh cũng mừng, anh cũng sẽ quay về Apple làm việc, khỏi phải nộp đơn xin nghỉ việc vì cứ nghỉ phép đi chơi với em.

– Vậy còn San Francisco? – Tôi thấy bứt rứt – Em không thích cứ dời lại mãi mà cả hai cứ bận rộn công việc. Hay anh cầm lại cái nhẫn đi, để em có động lực phải đến San Francisco nhận lại. Anh hứa sẽ giữ nó để trao cho em chứ không phải ai khác nhé.

– OK anh hứa, anh sẽ chờ em ở San Francisco – Bình mỉm cười âu yếm gật đầu – Còn em thì, hãy hứa trên máy bay đừng trò chuyện với bất kỳ đàn ông nào đẹp trai và độc thân!

Cuộc họp ở Hà Nội kết thúc tốt đẹp hơn cả dự kiến, suy cho cùng, không ai muốn gây khó dễ cho một tập đoàn lớn đang cam kết đầu tư lâu dài và nghiêm túc. Ông sếp người Mỹ của tôi trước đó căng thẳng nhăn nhó giờ mặt dãn ra, nói ông rất cảm kích tôi đã bay về gấp dù đang nghỉ phép. Ông sẽ bù lại cho tôi vé máy bay trở lại Mỹ chơi, khi nào tất cả những việc liên quan đến vụ tác dụng phụ này được giải quyết rốt ráo. Tôi nghe vậy mặt cũng dãn ra.

– Chúng ta về Sài Gòn liền để họp gấp cập nhật tình hình cho những trưởng phòng khác – Sếp thăm dò nhìn tôi – và thêm một cuộc họp báo cáo qua Tập đoàn bằng điện thoại.

– Họp nữa hả? – Mặt tôi chùng trở lại – Tôi vừa mới bay ròng rã cả ngày từ Los Angeles về Hà Nội, rồi giờ là từ Hà Nội về Sài Gòn. Tôi nghĩ ông biết tôi không phải là robot.

– Tôi biết, cô là một phụ nữ mạnh mẽ và chuyên nghiệp – Sếp vỗ lưng tôi nịnh nọt rồi đổi sang đề tài khác – À mà cô sẽ đi San Francisco với ai vậy? Đừng nói là cô hẹn hò với bạn trai, sẽ lên kế hoạch lấy chồng rồi nghỉ việc!

– Tôi đâu phải robot – Tôi bật cười – Nhưng tôi cũng sẽ không nghỉ việc.

Tôi ngạc nhiên nhận ra mình vẫn chưa xỉu khi đi từ phòng họp lớn về văn phòng riêng của mình. Khi vừa mở cửa bước chân vào, tôi sững người nhìn cuốn sách ảnh nằm ngay ngắn trên bàn.

"From Chicago with love". Tôi ngồi xuống, tần ngần lật cuốn sách mà tôi vẫn chưa có thời giờ xem qua. Sách có những bức hình rất đẹp về cảnh quan thành phố, hồ Michigan, tháp Chicago Sears, công viên Millennium, phố shopping State Street. Khi lật đến phần giới thiệu địa điểm ẩm thực, tôi ngạc nhiên thấy một tấm thiệp mỏng được kẹp kín đáo ngay trang có hình nhà hàng tôi đã ăn cùng John đêm đầu tiên đến Chicago. Tấm hình có chú thích, giới doanh nhân yêu nhạc jazz xem nhà hàng này là điểm hẹn vì không khí rất riêng biệt. Tôi run run cầm tấm thiệp mỏng in hình hồ Michigan lên đọc.

Dearest,

Trong nhà hàng này, kể từ lúc em hồn nhiên tự giới thiệu mình còn độc thân và hỏi tình trạng gia đình của anh là gì, anh đã phải lòng em.

Anh một mình trở lại đây nhiều lần và tưởng tượng em đang ngồi đối diện với những thắc mắc buồn cười. Mong được có dịp cùng em ăn tối, và chia sẻ với nhau nhiều điều hơn.

From Chicago with love,

John.

Tôi nén một hơi thở sâu. Tim thắt lại đau nhói. Lúc ở Los Angeles John hỏi tôi đã xem cuốn sách chưa, không muốn làm anh buồn, tôi nói là rồi. Vì nghĩ tôi đã đọc tấm thiệp và thấu hiểu lòng anh, John đi theo tôi lên phòng và bộc lộ tiếp tình cảm của mình bằng một nụ hôn bất ngờ.

Tôi bất giác đưa tay lên sờ môi mình, bỏng rát.

Tôi lật giở lại cuốn sách *From Chicago with love*, những hình ảnh với John chợt hiện ra sống động như tôi có thể với tay là chạm được khuôn mặt rất lành. Đây là phi trường Chicago với những trận mưa đá mà tôi cứ tưởng mọi người chửi thề, John đã xuất hiện khi tôi sắp xỉu giữa những hàng dài chờ lên taxi. Đây là đại lộ Michigan, đêm quá muộn với ánh đèo cao áp tỏa ánh vàng ấm áp, tôi rảo bước bên John lòng đầy nghi ngờ nhưng phấn khích với mùi hương của cánh rừng ôn đới từ anh. Đây là hồ Michigan buổi bình minh, nơi tôi đã rượt đuổi John và lao vào anh như một mũi tên không xác định. Và đây là nhà hàng nhạc jazz...

Sao tôi cứ thắc mắc vì sao anh thích tôi, anh đâu cần cả một quá trình dài quen biết hay những kỷ niệm gì lớn lao. Chỉ cần một khoảnh khắc đặc biệt nào đó giữa hai người chợt đến, và thế là phải lòng. Tiếc thay, tôi không phải là người có khả năng yêu ngay từ cái nhìn đầu tiên. Tôi cũng không tin vào tình yêu sét đánh. Giờ cầm tấm thiệp của John trên tay, đọc đến thuộc lòng những dòng chữ chân thành của anh, tôi chỉ biết thở dài. Tôi đã làm John thất vọng biết bao.

Tôi đứng lên ra cửa sổ nhìn xuống phố phường. Sài Gòn vẫn đang bận rộn với những dòng xe hối hả náo nhiệt dưới kia, nắng chiều mang ánh cam nồng nàn bao phủ những vòm lá xanh. Tôi đã quá gắn bó với thành phố này, và chọn gắn bó với người đã cùng tôi chia sẻ kỷ niệm với Sài Gòn thân thường, của một xóm nhỏ Tân Định bình yên, của một buổi tối lãng mạn bồng bềnh.

Tôi quay lại bàn, cầm cuốn *From Chicago with love* ngắm thêm một hồi lâu rồi thở dài cất sâu vào tủ hồ sơ. Nhưng tôi biết, mọi tình cảm không phải cứ cất sâu vào tim là có thể dễ dàng quên được. Và tôi cũng biết, tim của phụ nữ luôn đủ chỗ cho hơn một người.

Tôi muốn nhận chiếc nhẫn của Bình, rồi tôi sẽ đến San Francisco.

Mà không thể không nhớ về Chicago.

Một chút thôi, một chút...

Đủ nhói lòng.

Mục lục

CHỜ EM ĐẾN SAN FRANCISCO

Dương Thụy

Chịu trách nhiệm xuất bản:
Giám đốc - Tổng biên tập NGUYỄN MINH NHỰT

Biên tập tái bản và sửa bản in:
TRẦN NGỌC SINH - NGUYỄN PHAN NAM AN

Bìa:
ĐẶNG HỒNG QUÂN

Kỹ thuật vi tính:
NGUYỄN MAI KHANH

NHÀ XUẤT BẢN TRẺ
Địa chỉ: 161B Lý Chính Thắng, Phường 7,
Quận 3, Thành phố Hồ Chí Minh
Điện thoại: (08) 39316289 – 39316211 – 39317849 – 38465596
Fax: (08) 38437450
E-mail: hopthubandoc@nxbtre.com.vn
Website: www.nxbtre.com.vn

CHI NHÁNH NHÀ XUẤT BẢN TRẺ TẠI HÀ NỘI
Địa chỉ: Số 21, dãy A11, khu Đầm Trấu, Phường Bạch Đằng,
Quận Hai Bà Trưng, Hà Nội
Điện thoại: (04) 37734544 - Fax: (04) 35123395
Email: chinhanhhanoi@nxbtre.com.vn

CÔNG TY TNHH SÁCH ĐIỆN TỬ TRẺ (YBOOK)
161B Lý Chính Thắng, P.7, Q.3, Thành phố Hồ Chí Minh
ĐT: (08) 35261001 - Fax: (08) 38437450
Email: info@ybook.vn - Website: www.ybook.vn

Khổ 13x20 cm. Số: 464-2015/CXBIPH/279-40/Tre.
Quyết định xuất bản số: 1085A/QĐ-Tre, ngày 02 tháng 11 năm 2015.
In 3.000 cuốn, tại Công ty Cổ phần In Khuyến Học Phía Nam.
Trụ sở: 128/7/7 Trần Quốc Thảo, Phường 7, Quận 3, Tp.HCM.
X.In: 9-11 đường CN1 (KCN Tân Bình), P.Sơn Kỳ, Q.Tân Phú, Tp.HCM.
In xong và nộp lưu chiểu Quý I năm 2016.